மீயழகி

AF741545

மீயழகி

சி. சரவணகார்த்திகேயன்

எழுத்து
பிரசுரம்

Title: Meeyazhagi
Author's Name: C. Saravanakarthikeyan
Copyright © C. Saravanakarthikeyan
Published by Ezutthu Prachuram

All rights reserved. No part of this publication may be reproduced, stored in a retrieval system, or transmitted, in any form or by any means, electronic, mechanical, photocopying, recording, psychic, or otherwise, without the prior permission of the publishers.

Ezutthu Prachuram
(An imprint of Zero Degree Publishing)
No. 55(7), R Block, 6th Avenue,
Anna Nagar,
Chennai - 600 040

Website: www.zerodegreepublishing.com
E Mail id: zerodegreepublishing@gmail.com
Phone: 89250 61999

Ezutthu Prachuram First Edition: January 2022
ISBN: 978-93-91748-14-2
TITLE NO EP : 312

Rs. 120/-

Cover Design & Layout: Vijayan
Printed at Manipal Technologies, India.

சமர்ப்பணம்

என் முதல் கனவுக்கன்னி
'சேரன் பாண்டியன்' ஸ்ரீஜாவுக்கு...

அழகின் அழகியல்

நம் சமூகத்தில் ஒரு நம்பிக்கை உண்டு. எழுத்தாளர்கள் ஆண்குறி அற்றவர்கள் என்பதே அது. அப்படியே இருந்தாலும் அது செயல்படாது. அல்லது ஆண்மை நீக்கம் செய்திருப்பர். சிறுநீர் கழிக்க மட்டும்தான் குறி பயன்படும். அதிகபட்சம் ரத்தம் வரலாம். எழுத்தாளன் கிட்டத்தட்ட ஒரு துறவிதான். எமது முன்னோடிகள் உருவாக்கி வைத்த ஆச்சாரம் அது.

இக்கற்பிதத்தை ஒட்டி நம் சூழலில் ஓர் அபத்த மனத்தடை இருக்கிறது. படைப்பாளிகள் இலக்கியத்தை ரசிப்பார்கள், திரைப்படத்தை ரசிப்பார்கள், இயற்கையை ரசிப்பார்கள், அவற்றை எல்லாம் விலாவாரியாக எழுதுவார்கள். ஆனால், பெண்ணை ரசிப்பது மட்டும் பரம ரகசியம். அதை ஒழுக்கத்தோடு கோர்த்துக் கொள்வார்கள். எழுத்தில் காமத்தைப் பிரித்து மேய்பவர் கூடப் பெண்களை ரசிப்பதை வெளிப்படையாகக் காட்டிக் கொள்ள மாட்டார். தமிழ் இலக்கியவாதிகளின் ஒருவித *white collar* மேட்டிமைத்தனம்தான் இது.

அதிரப்பள்ளி நீர்வீழ்ச்சியை ரசிப்பதற்கும் ஒரு கேரளப் பெண்ணை ரசிப்பதற்கும் என்ன வித்தியாசம் இருக்கிறது? இரண்டுமே இயற்கையின் கொடை. இரண்டுமே விரிவாக எழுதும் செறிவு கொண்டவை. ஆனால் ஒன்றை எழுதினால் பயண இலக்கியமாகவோ இயற்கைக் கவிதையாகவோ நிற்கும்.

மற்றதை எழுதினாலோ அது 'வெறும்' வயதுக் கோளாறு. சமூகப் பொறுப்புள்ள எழுத்தாளர் இப்படி எழுதலாமா எனக் கொதிப்பார்கள்.

அப்படி ஒரு புனித பிம்பத்தைக் கட்டி என்ன செய்யப் போகிறோம்? தனக்குத் தானே உண்மையாக இல்லாதவன் என்ன பெரிய இலக்கியத்தை எழுதிக் கிழிக்க முடியும்? யோசித்தால் உண்மையில் தமிழ்நாட்டில் மிகப் பிற்போக்கானவன் எழுத்தாளனே!

உண்மையில் பெண்களை ரசித்தல் என்பது ஓர் உற்சாகமான கொண்டாட்டம். எழுத ஆரம்பித்த காலந்தொட்டு அதை நான் மறைத்ததே இல்லை. இந்த ரசனையும் எனது ஆளுமையின் பகுதி என்றே எண்ணுகிறேன். அப்படி என் எழுத்தில் பூத்த மலர்களில் சிலவற்றை பறித்தெடுத்துக் கொத்தாக்கிக் கொடுத்திருப்பதுதான் இந்தப் புத்தகம்.

"பெண்மை இன்றி மண்ணில் இன்பம் ஏதடா..." என்ற பாவலர் வரதராசன் அமர வரியை எண்ணிக் கொள்கிறேன்! அதை உணர எத்தனிக்கும் எளிய பிரயத்தனம் இவ்வெழுத்து.

மறுபதிப்பு அல்லாமல் எழுத்து பிரசுரம் வழியாக வெளியாகும் என் முதல் நூல் 'மீயழகி'. கடந்த தசாப்தத்தில் பெண்களை ரசித்தும், விமர்சித்தும் எழுதிய கட்டுரைகளின் சிறிய தொகுப்பு. பெரும்பாலும் என் வலைதளத்தில் எழுதப்பட்டவை; பிற விகடன் தளத்திலும், ஆழம் மாத இதழிலும் வெளியானவை. (இவற்றில் சில கட்டுரைகள் பிற்பாடு கிண்டில் மின்னூல் ஒன்றிலும் இடம் பெற்றன.) பெண் சார்ந்த என் ருசியை உரசிப் பார்த்திட இந்த நூல் உதவும் எனத் தோன்றுகிறது. அவ்வகையில் இது ஓர் எழுத்தாளனின் ரசிக முகம்!

ராம்ஜீக்கும் காயத்ரிக்கும் இன்ன பிற ஸீரோ டிகிரியினருக்கும் என் நன்றி உரித்தாகுக.

சி. சரவணகார்த்திகேயன்

பெங்களூர், 'சில்க்' ஸ்மிதா பிறந்த நாள் 2021.

What's your favoutite smell in the world?

இதென்னய்யா கேள்வி? பொம்பள வாசனைதான்!

(ஃபேஸ்புக், நவம்பர் 27, 2021)

பொருளடக்கம்

1. சேர நன்னாட்டிளம் பெண்கள்

முதலில் சில Disclaimer-களைச் சொல்லிவிடுகிறேன். 1) இதில் நான் பேசப்போவது முழுக்க முழுக்கப் புறத்தோற்றத்தை அடிப்படையாக வைத்தே. பெண்களின் தனி ஆளுமை, குணநலன்கள் போன்றவற்றை எல்லாம் இதில் கணக்கில் கொள்ளவில்லை. 2) நான் முன்வைப்பது விஞ்ஞான ரீதியாக நிரூபிக்கப்பட்ட ஓர் உண்மையை (Fact) அல்ல; ஒரு தமிழ் ஆணாக என் பார்வையை (Perception) மட்டுமே. அதனால் இதில் சிலருக்கு மாற்றுக் கருத்துகள் இருக்கலாம். அதில் வியப்பில்லை.

"மலையாளப் பெண்கள் பிரபஞ்சம் காணாத பேரழகிகள்" என்பது நம் தமிழ் மண்ணில் நிலவும் ஒரு பிரபலக் கருத்தாக்கம்.

கவனித்துப் பார்த்தால் தமிழ் ஆண்களுக்கு கேரளப் பெண்களின் மீது ஓர் Obsession இருக்கிறது. அதாவது பித்து. நம்முடைய உயிரியல் விழைவு - Biological urge - அது என்றே சொல்ல வேண்டும். தமிழகத்தில் காலம்காலமாய்க் கோலோச்சி வரும் மலையாள நடிகைகளே இதற்குப் பெரும் சாட்சி. தமிழகத்திலிருந்து கேரளா செல்லும் எந்த ரயிலை மறித்தாலும் நமக்கு நூறு கதாநாயகிகள் உத்திரவாதமாய்க் கிடைப்பார்கள். இது ஏதோ இன்று நேற்று நமக்கு வந்த திடீர்

உணர்வல்ல; நூற்றாண்டுக்கும் மேலாய் நம்மிடையே நிலவி வரும் பாரம்பரியம்தான்! பாரதியார் பாரத தேசம் என்று ஒரு கவிதை எழுதுகிறார். வங்கத்தின் நீர்வளம், கங்கையின் செழிப்பு, தென்கடலின் முத்துக்கள், தெலுங்கு மொழிவளம், கன்னடத் தங்கம், மராட்டியர் கவிதை, ராஜபுத்திரர் வீரம், காசிப் புலவர்கள் என இந்தியாவின் ஒவ்வொரு பிரதேசத்தையும் அதில் வர்ணிக்கும் பாரதி இடையே 'சேர நன்னாட்டிளம் பெண்கள்' என்கிறார். ஒட்டுமொத்தக் கவிதையிலும் அவர் பெண்கள் பற்றிப் பேசுமிடம் அது ஒன்றுதான். ஆக, பாரதி காலத்திலிருந்தே மலையாளப் பெண்கள் மீது ஓர் ஈர்ப்பு இருந்திருக்கிறது.

இந்தியாவில் ஒவ்வொருவருக்கும் ஒவ்வொரு சிறப்பு. இந்திப் பெண்கள் *Fair;* கன்னடப் பெண்கள் *Cute;* தெலுங்குப் பெண்கள் *Attractive;* தமிழ்ப் பெண்கள் *Beautiful;* இவை அனைத்தையும் ஒருங்கே அமையப் பெற்றவர்கள் மலையாளப் பெண்கள்!

அப்படி என்ன அவர்களிடம் நமக்கு ஈர்ப்பு? யோசித்துப் பார்த்தால் ஏழெட்டு விஷயங்களைப் பட்டியலிடத் தோன்றுகிறது!

1) நிறம்: மலையாளப் பெண்கள் பொன்னிறம் கொண்டவர்கள். அவர்களிடம் இயற்கையிலேயே தோலில் ஒரு மினுமினுப்பு இருக்கிறது. எண்ணெய் தவிர்த்த, காரம் குறைத்த, தேங்காய் நிறைந்த அவர்களின் உணவுப் பழக்கமும் கேரளத்தின் தட்ப வெப்பமும் நிலவியலும், ஒருவகையில் அவர்களின் கலாசாரமும் கூட அதற்குக் காரணமாக இருக்கலாம். வட இந்தியப் பெண்களுக்குப் பொதுவாய் வெள்ளைத் தோல். நம்மவர்களுக்கு அவ்வளவு வெள்ளை பிடித்தமில்லை. அதனால் தான் இடைப்பட்ட பொன்னிறத்தைக் கொண்டாடுகிறார்கள். "உன் தங்க நிறத்துக்குத்தான் தமிழ்நாட்டை எழுதித் தரட்டுமா?" என்ற ரீதியிலேயே மலையாள நடிகைகளைத் தொடர்ச்சியாய் நாம் வெற்றி பெற வைத்துக் கொண்டிருக்கிறோம்.

2) தோற்றம்: மலையாளப் பெண்களின் தோற்றத்திற்கு ஒரு தனித்துவம் இருக்கிறது. குறிப்பாய் அவர்களின் கண்கள்

மற்றும் கூந்தல். அப்படியே ஆளைத் தின்றுவிடும் கண்களும், அடர்த்தியும் நீளமும் ஒருசேரப் பெற்ற கூந்தலும்.

3) உடல்வாகு: தமிழர்களுக்கு ஒல்லியான பெண்களும் ஆகாது, குண்டான பெண்களும் பிடிக்காது. அவர்கள் விரும்புவது இரண்டுக்கும் மத்தியில் ஒன்று. பூசினாற்போல் இருக்க வேண்டும். தமிழகத்தில் வெற்றி பெற்ற நடிகைகளான குஷ்பு, நயன்தாரா, ஹன்சிகா எல்லோரும் அப்படியான உடல்வாகு கொண்டவர்கள்தாம். சமீபத்தில் பரபரப்பான ஜிமிக்கி கம்மல் ஷெரில் கூட அப்படிப்பட்டவர்தான். மலையாளப் பெண்கள் பொதுவாய் இப்படியான உடல்வாகு கொண்டவர்களே.

4) மொழி: தமிழில் வலுவான சமஸ்கிருதக் கலப்பு நேர்ந்ததில் உருவானது மலையாளம். அம்மொழிக்கு இயற்கையிலேயே ஒரு லயம் (ஓசை நயம்) இருக்கிறது. அதை எழுதினால் *Poetic;* பேசினால் *Musical.* நம் தமிழில் எழுத்தின் ஒலி அளவை மாத்திரைகளால் அளவிடுவது போல், மலையாளத்தை மிட்டாய்களால் அளவிடுவார்கள் போலிருக்கிறது. அதனால் தான் மலையாளத்தை யார் பேசினாலும் அழகாக இருக்கிறது; மலையாளப் பெண்கள் என்ன பேசினாலும் அழகாக இருக்கிறது.

5) உடல்மொழி: மலையாளப் பெண்டுகளுக்கு ஒரு பிரத்யேக உடல்மொழி வாய்த்திருக்கிறது. மலையாளப் பெண்கள் சிறப்பாக நடனமாடக் கூடியவர்கள் அல்லர். சமீபத்தில் வைரலான ஜிமிக்கி கம்மல் பாடலில் கூட நடனம் அத்தனை சிறப்பானதோ சிரமமானதோ அல்ல. அதில் ஒரு குழந்தைத்தனம் தான் இருக்கிறது. இடுப்பில் செட்டு ஸாரியை இறுகச் செருகிய இளம் பெண்களிடம் அந்தக் குழந்தைத்தனம் வெளிப்படும் போது ஆட்டமே வசீகரமானதாய் மாறிவிடுகிறது. *It's a magic!* 'அழகிய சூடான பூவே' பாடலில் வரும் கீர்த்தி சுரேஷின் நடன அசைவுகளையும் இதோடு ஒப்பு நோக்கலாம்.

6) முகபாவனை: மலையாளப் பெண்களின் முகபாவனைகள் - அதாவது *Facial Expressions* - பேரழகானவை. உதாரணமாய் அவர்கள் ஆச்சரியப்படுகையில் "அய்யடா!" என பாவனை காட்டுவார்கள். அது அத்தனை அழகாய் இருக்கும். அதற்கு

வீழாத தமிழனே இருக்க முடியாது. மலையாள மாந்த்ரீகம் என்று சொல்லப்படுவது கூட அதுதானோ எனத் தோன்றும்.

7) அலங்காரம்: கண்களும் கூந்தலும் ஒட்டுமொத்த மலையாளப் பெண்களின் அழகியல் தனித்துவம் எனச் சொன்னேன். அந்த இரண்டுக்கும் அவர்கள் பார்க்கும் பாங்கு அலாதியானது. கண்ணுக்கு மையிடாத, கூந்தலில் மலர் சூடாமல் வெளியே வரும் மலையாளப் பெண்களைக் காண்பதரிது. எப்போதும் தம்மை அழகாக வெளிப்படுத்தும் தன்முனைப்பு ஒன்று அவர்களிடம் இருந்துகொண்டே இருக்கும். சிறுவயது முதலே அவர்கள் கேட்கும் யட்சி கதைகள் அதற்குக் காரணமாக இருக்கும் எனத் தோன்றுகிறது. மலையாளப் பெண்கள் உள்ளூர தங்களை ஒரு யட்சியாகக் கருதிக்கொள்கிறார்கள். தாம் அழகாக வெளிப்பட விரும்புகிறார்கள். அதற்கு உறுத்தாத அலங்காரத்தைக் கைகொள்கிறார்கள். தமக்குச் சரியாய்ப் பொருந்துவது எது என்பதையும் அறிந்து வைத்திருக்கிறார்கள். அவர்களின் ஆடைத் தேர்வுகளிலும் இது புலனாகிறது.

8) சகஜத்தன்மை: இது நேரடியாய் அழகு தொடர்புடையதல்ல என்றாலும் மலையாளப் பெண்டிரின் மீதான ஈர்ப்புக்கு ஒரு முக்கியக் காரணியாக இருப்பதாகக் கருதுவதால் இதையும் பட்டியலில் சேர்க்கிறேன். மலையாளப் பெண்கள் அணுக எளிதானவர்கள். நேரம் கேட்டால் முறைத்துப் போகிறவர்கள் அல்ல. மேலோட்டமாகவேனும் வெளிப்படையானவர்கள். தவிர, உற்சாகமானவர்கள். அவர்களிடம் ஒரு தமிழ் ஆண் எளிதில் பேச, பழக, ஒன்ற முடிகிறது. அந்த நட்பார்ந்த உணர்வு அவர்களைப் பார்க்கையில் இயல்பாகவே வந்து விடுகிறது. ஓவியாவைப் பொருத்தமான உதாரணமாகச் சொல்லலாம்.

ஏன் அப்படித் தமிழ் ஆண்கள் கேரளப் பெண்களிடம் ஈர்க்கப்படுகிறார்கள்? முதல் காரணம் *Geographical Vicinity*. தமிழகத்துக்கு அருகில் இருக்கும் மாநிலம் கேரளம்தான். அதனால் அவர்களைப் பார்த்து 'அக்கரைப் பச்சை' என்ற எண்ணம் நமக்கு வர வாய்ப்பதிகம். நம் முறைப்பெண்ணை விட பக்கத்து வீட்டு, எதிர் வீட்டுப் பெண்கள் எப்போதும் வசீகரமானவர்களே!

அடுத்து கேரளாவின் பால் விகிதம் (*Sex Ratio*). அங்கே 1000 ஆண்களுக்கு 1084 பெண்கள். பரவலாக ஒருவனுக்கு ஒருத்தி என்பது நடைமுறையில் இருக்கிறது என்றும், கல்யாணம் செய்யாதவர்கள், பலதார மணம் செய்தவர்கள் இரண்டும் ஒன்றை ஒன்று சமன் செய்து விட்டது என்றும் வைத்துக் கொண்டால் ஆயிரத்துக்கு சுமார் 10% கேரளப் பெண்கள் வெளி மாநில ஆண்களைத்தான் திருமணம் செய்ய வேண்டும். ஆக, தமிழகத்தில் இருக்கும் கேரளப் பெண்கள் ஒருவகையில் *Potential Brides* என நம்மவர்கள் பார்க்கும் சாத்தியமுண்டு. அது உள்ளூர ஒரு கிளுகிளுப்பை ஊட்டி ஈர்ப்பையளிக்கும்.

மூன்றாவது காரணம் வரலாற்றுப்பூர்வமானது; உளவியல் ரீதியானது. மலையாளப் பெண்கள் சுமார் இருநூறு ஆண்டுகளாக தமிழகம் முழுக்கப் பரவலாக செவிலியர்களாகப் (*Nurses*) பணிபுரிகிறார்கள். அவர்கள் மீது தாய்மைத் தன்மை பொருந்திய பிம்பத்தை அது தமிழர்கள் மத்தியில் ஊட்டி இருக்கும். ஆழ்மனதில் இருக்கும் அப்பிம்பத்தின் காரணமாக அவர்கள் மீது இயல்பாகவே ஒரு பிரேமை நமக்கு வந்து விடும். விநாயகர் தன் தாய் பார்வதி போலவேதான் மனைவியை எதிர்பார்த்தார் என்பதால்தான் பிரம்மச்சாரியாகவே இருக்கிறார் என்றொரு கதை நம்மூரில் உண்டு என்பதை இணைத்துப் பார்க்கலாம்.

இன்னொரு விஷயம் தமிழர்கள் மட்டுமே கேரளப் பெண்களே பேரழகு என நம்புவதாய்த் தோன்றுகிறது. இந்திய அளவில் அல்லது மற்ற மாநிலங்களில் அப்படி ஒரு நம்பிக்கை இருப்பதாய்த் தெரியவில்லை. விதிவிலக்குகள் தவிர்த்து பாலிவுட் சினிமாவில் மலையாள நடிகைகள் ஆதிக்கம் செலுத்தாததை ஆதாரமாகச் சொல்லலாம். ஆக, இது தமிழ் ரசனை மட்டுமே.

இறுதியாக, கேரளத்தை *God's Own Country* என்கிறார்கள். கடவுளின் தேசத்தில் தேவதைகள் திரிவது என்பது இயல்புதானே!

(டிசம்பர் 22, 2017)

௨. பிரபஞ்சப் பேரழகி

தொண்ணூறுகளின் முற்பகுதி. அப்போது பத்து வயதுச் சிறுவனான எனக்கு அந்த பெப்ஸி விளம்பரப் பெண் வகைதொகையின்றிப் பிடித்துப்போனார். அதுவும் அவர் அவ்விளம்பரத்தில் முதன்மைப் பாத்திரம் அல்ல. அப்போது உச்சம் நோக்கி வளர்ந்துகொண்டிருந்த நடிகரான அமீர் கானும், மாடலிங் வாழ்வைத் துவங்கியிருந்த மஹிமா சௌத்ரியும்

பிரதானப் பாத்திரங்களாய் நடித்த ஒரு நிமிட விளம்பரத்தில் இறுதியில் ஒரு திருப்புமுனைக் காட்சிக்காகச் சில விநாடிகள் மட்டும் வருவார் அந்தப் பெண். "I am Sanjana. Got another Pepsi?" என்று கேட்பார். அவ்வளவுதான். அதற்கே இதயம் சிதறியது.

அவர் ஐஸ்வர்யா ராய்!

எனக்கு மட்டுமல்ல. என் போன்ற ஏராளமான 90ஸ் கிட்ஸ்களுக்கும், எங்களினும் மூத்த 80ஸ் கிட்ஸ்களுக்கும் அப்படித்தான் ஆகியிருக்கும். இத்தனைக்கும் அவர் அப்போது உலக அழகியும் அல்ல; நடிகையும் அல்ல. வெறும் மாடல். இந்தியாவின் ஆயிரக்கணக்கான மாடல்களில் ஒருவர். அப்போது அவருக்குச் சுமார் இருபது வயது.

அதற்கு அடுத்த ஆண்டே, அதாவது 1994ல், ஃபெமினா இதழ் நடத்துகிற மிஸ் இந்தியா போட்டியில் இரண்டாமிடம் பெற்றார். அப்போது ஐஸ்வர்யா ராய் தோற்றது சுஷ்மிதா சென்னிடம்! இரண்டாமிடம் பெற்றது போக, மிஸ் கேட்வாக், மிஸ் மிராகுலஸ், மிஸ் ஃபோட்டோஜெனிக், மிஸ் பெர்ஃபெக்ட் டென், மிஸ் பாப்புலர் ஆகிய பட்டங்களையும் வென்றார். மிஸ் இந்தியா போட்டியில் இரண்டாமிடம் பெற்றதன் அடிப்படையில் அவ்வாண்டில் தென்னாப்ரிக்காவின் சன் சிட்டியில் நடந்த மிஸ் வேர்ல்ட் என்ற உலக அழகிப் போட்டியில் கலந்து கொண்டார். (ஃபெமினாவின் மிஸ் இந்தியா போட்டியில் முதலிடம் பிடிப்பவர் மிஸ் யுனிவர்ஸ் போட்டியிலும், இரண்டாமிடம் பிடிப்பவர் மிஸ் வேர்ல்ட் போட்டியிலும், மூன்றாமிடம் பிடிப்பவர் மிஸ் இண்டர்நேஷனல், மிஸ் எர்த், மிஸ் சூப்பர்நேஷனல் போன்ற போட்டிகளில் ஒன்றிலும் கலந்துகொள்வது வழக்கம்.)

1994ம் ஆண்டின் மிஸ் வேர்ல்ட் பட்டத்தை வென்றார். பதினெட்டு ஆண்டுகளுக்குப் பின் ஓர் இந்தியப் பெண்ணுக்குக் கிடைத்த வெற்றி அது. (அதற்கு முன் 1966ல் ரீட்டா ஃபரியா மிஸ் வேர்ல்ட் பட்டம் பெற்றிருந்தார்.) அதே ஆண்டு சுஷ்மிதா

சென் மிஸ் யுனிவர்ஸ் பட்டம் பெற்றார். (அது ஓர் இந்தியப் பெண்ணுக்கு முதல் முறை.) இந்த இரு நிகழ்வுகளும் இந்திய ஃபேஷன் உலகையும், சராசரி இந்தியப் பெண்கள் தம்மை அலங்கரித்துக் கொள்ளும் விதத்தையும் புரட்டிப் போட்டன. பணக்காரர்களுக்கும் மாடல்களுக்கும் மட்டுமெனக் கருதப்பட்ட அழகுப் பொருட்கள் வெள்ளமென நுகர்வோர் சந்தைக்குள் பாய்ந்தன. ஐஸ்வர்யா ராய் இந்தியப் பெண்களின் ஆதர்சம் ஆனார்!

மிஸ் வேர்ல்ட் போட்டியில் மிஸ் ஃபோட்டோஜெனிக் மற்றும் ஆசிய, ஓசனியா பிராந்தியங்களின் அழகு ராணி என்ற பட்டத்தையும் வென்றார். இதில் கவனிக்க வேண்டியது மிஸ் இந்தியா போட்டியிலும் அவர் மிஸ் ஃபோட்டோஜெனிக் பட்டத்தை வென்றிருந்தார் என்பதே. அதாவது புகைப்படத்தில் வசீகரமாய் உறைகின்ற முகம். ஐஸ்வர்யா ராயின் வெற்றியின் ரகசியமே இதுதான் எனத் தோன்றுகிறது. 1990கள் மற்றும் 2000களில் புகைப்படங்களே இந்திய ரசிகர்கள் மத்தியில் கோலோச்சின. வண்ணமயமான புகைப்படங்கள். அப்போது வீடியோக்கள் பரவலாகவில்லை. அதனால் அந்தச் சமயத்தில் புகைப்படங்களில் அழகாகத் தெரியும் பெண் எளிதாகப் பேரழகி என ரசிகர்கள் மனதில் உறுதிசெய்யப்பட்டுவிடுவாள். ஐஸ்வர்யா ராய் இந்திய ரசிகர்கள் மத்தியில் செல்வாக்கு பெற்றது அப்படித்தான். என் சேகரங்களில் இருக்கும் ஐஸ்வர்யா ராயின் எல்லாப் புகைப்படங்களும் இதை உறுதிசெய்கின்றன.

பொதுவாய் கர்நாடகப்புறத்துப் பெண்களுக்கு உரித்தான ஒரு முக வசீகரம் (Cuteness) ஐஸ்வர்யா ராய்க்கு உச்சம் பெற்றிருந்தது. தாய்மொழி துளு; சொந்த ஊர் மங்களூர். நடிகைகளில் இதே வளமையில் மேலும் சில பேரழகிகள் உண்டு: சரோஜா தேவி (தாய் மொழி கன்னடம்; சொந்த ஊர் பெங்களூரு) மற்றும் தீபிகா படுகோனே (தாய்மொழி கொங்கணி, சொந்த ஊர் பெங்களூரு). அந்த வடமேற்குத் தக்காண பீடபூமியின் ஏதோ ஒரு ரகசிய அம்சம் அம்மண்ணின் பெண்களுக்கு அழகை அள்ளியூட்டி விடுகிறது!

உலக அழகிப் பட்டம் கையோடு கொணரும் உலகச் சுற்றுலாக்களையும் மாடலிங் சம்பிரதாயங்களையும் முடித்து ஆசுவாசமாய் அமர்ந்தபோது, சினிமா ஐஸ்வர்யா ராயின் கதவுகளைத் தட்டியது. அழைத்தவர் இந்தியாவின் அதிகம் மதிக்கப்பட்ட இயக்குநரான மணிரத்னம். படம் இருவர். முதல் படத்திலேயே இரட்டை வேடம். எம்ஜிஆரின் முதல் மனைவியான தங்கமணி மற்றும் அவரது அரசியல் வாரிசான ஜெயலலிதா இருவரையும் தழுவிய கதாபாத்திரங்கள். முதல் படத்திலேயே இரு பாத்திரங்களின் குணநலன்களுக்கும் செம்மையாக வித்தியாசம் காட்டி இருந்தார்.

அப்பாவிப் புதுமனைவியான சொப்புவாய் புஷ்பவல்லியாகட்டும், பொய் மச்சம் ஒட்டி ஆனந்தனை ஆழம் பார்க்கும் கல்பனாவாகட்டும், ஆனந்தன் சுடப்படும்போது கேமெரா முன் வந்து அதிர்ச்சியுறுவதாகட்டும், பெரும்பாலும் நேர்த்தியான நடிப்பு. அந்த முதல் படத்திலேயே அவர் வரும் எல்லாக் காட்சிகளிலும் உடன் நடித்தது மோகன்லால் என்ற நடிப்பு அசுரன் என்பதால் எழுந்த ஒருவித அழுத்தம் காரணமாய் இருக்கலாம். இத்தனையும் தாண்டி 'இருவர்' வியாபார ரீதியாகத் தோல்வியுற்றது.

அதே ஆண்டு (1997) அதிகம் பிரபலமற்ற பாபி தியோலுடன் *Aur Pyaar Ho Gaya* படத்தில் பாலிவுட் பிரவேசம். அது ஓடவில்லை என்றாலும் அதில் நடித்ததற்காக ஸ்டார் ஸ்க்ரீன் விருதுகளின் சிறந்த புதுமுக நடிகைக்கான விருதைப் பெற்றார் ஐஸ்வர்யா.

முதல் இரண்டு படங்களும் ஓடாத நிலையில் அடுத்த ஆண்டு மீண்டும் தமிழுக்கு வந்தார். ஷங்கரின் இயக்கத்தில் ஜீன்ஸ். அதிலும் இரட்டை வேடம். மதுமிதா என்ற நவயுக நாகரீகப்பெண் பாத்திரம் ஒன்று; வைஷ்ணவி என்ற கிராமத்துக் கட்டுப்பெட்டிப் பெண் பாத்திரம் மற்றது. அவற்றையும் நன்றாகச் செய்திருந்தார். ஐஸ்வர்யா ராயின் முதல் வெற்றிப் படம் அது. பிறகு ரிஷி கபூர் இயக்கத்தில் *Aa Ab Laut Chalen* படம். அது தோல்வி என்பது மட்டுமல்லாது அவர் நடிப்பு

(அமெரிக்காவில் வாழும் இந்தியப் பாரம்பரியம் தழுவிய பெண்) பற்றிய எதிர்மறை விமர்சனங்களையும் பெற்றது.

பிறகு சஞ்சய் லீலா பன்சாலியின் *Hum Dil De Chuke Sanam* பட நாயகியாக நடித்தார். சல்மான் கானும் அஜய் தேவ்கனும் நாயகர்கள். விரும்பாத திருமணத்தில் நுழைந்த ஒரு பெண்ணைக் கொண்ட முக்கோணக் காதல் கதை. நந்தினி என்ற பாத்திரத்தில் மிகச் சிறப்பாக நடித்ததற்காகச் சிறந்த நடிகைக்கான ஃபிலிம்பேர் விருது பெற்றார் ஐஸ்வர்யா ராய். அது அவரது சினிமா வாழ்வின் முக்கியமான தொடக்கப்புள்ளி.

தொடர்ந்த ஆண்டுகளில் இந்தியில் *Taal, Josh, Mohabbatein* ஆகிய படங்களும், தமிழில் ராஜீவ் மேனனின் 'கண்டுகொண்டேன் கண்டுகொண்டேன்' படமும் வெளியாகின. அமிதாப் பச்சன், அனில் கபூர், ஷாரூக் கான், மம்மூட்டி, அஜித் ஆகிய அன்றைய பிரபல மற்றும் இளம் நடிகர்களுடன் இப்படங்களில் இணைந்து நடித்திருந்தார்.

பிறகு 2002ல் மீண்டும் சஞ்சய் லீலா பன்சாலியின் இயக்கத்தில் *Devdas* படத்தில் பார்வதியாக நடித்தார். மாதுரி தீக்ஷித் சந்திரமுகியாகவும் ஷாரூக் தேவதாஸாகவும் நடித்திருந்தார்கள். பெரும் வசூலையும், விமர்சன சிலாகிப்புகளையும் ஈட்டியது இப்படம். இடையில் பாலியல் வல்லுறவுக்கு ஆளான பெண்ணாக ஐஸ்வர்யா ராய் நடித்த *Hamara Dil Aapke Paas Hai* என்கிற படமும் அவருக்கு நற்பெயரைத் தந்தது.

2000களின் தொடக்கத்தில் அவர் தன் எதிர்காலக் கணவரான அபிஷேக் பச்சனுடன் *Kuch Na Kaho* படத்திலும், இடைக்காலக் காதலரான விவேக் ஓபராயுடன் *Kyun! Ho Gaya Na...* படத்திலும் நடித்தார். பிரபல இயக்குநர் ராஜ்குமார் சந்தோஷி இயக்கத்தில் அமிதாப் மற்றும் அக்ஷய் குமாருடன் *Khakee* படத்திலும் நாயகியாக நடித்தார்.

இதே கால கட்டத்தில் இப்படி வியாபாரப் படங்கள் நடித்ததுடன் கலைப்படங்களிலும் ஆர்வம் காட்டினார். பிரபல வங்காள இயக்குநர் ரிதுபர்னோ கோஷ் இயக்கத்தில் *Chokher*

Bali மற்றும் *Raincoat* படங்களில் நடித்தார். முதலாவதில் தன் இச்சைகளைக் கட்டுப்படுத்தவியலாமல் தவிக்கும் ஓர் 20ம் நூற்றாண்டுக் கைம்பெண் பாத்திரம். மற்றதில் ஒரு மழை மாலையில் தனக்கு முன்பு நிச்சயம் செய்தவனைச் சந்திக்கும் ஏழைப்பெண் பாத்திரம். இரண்டுமே அவரது நடிப்புத்திறனுக்குச் சான்றாக அமைந்தன.

2000களின் மத்தியில் ஐஸ்வர்யா சர்வதேசியப் படங்களில் நடிக்கத் தொடங்கினார்:

Bride and Prejudice, The Mistress of Spices, Provoked மற்றும் *The Last Legion* ஆகிய நான்கு படங்களைச் சொல்லலாம். ஜேபி தத்தாவின் *Umrao Jaan,* மணிரத்னத்தின் குரு ஆகிய வரலாற்றுப் படங்களிலும் நடித்தார். அவர் நடித்த *Dhoom 2* பெருவெற்றிப்படமானது.

பிறகு அஷுதோஷ் கோவரிக்கர் இயக்கத்தில் ராஜபுத்ர இளவரசி ஜோதாபாயாக அவர் நடித்த *Jodhaa Akbar* படமும் ராம்கோபால் வர்மா இயக்கத்தில் தன் கணவர் அபிஷேக் மற்றும் மாமனார் அமிதாப்புடன் நடித்த *Sarkar Raj* படமும் (*Sarkar* படத்தின் தொடர்ச்சி) வணிகவெற்றிகளாகவும் அவரது பங்களிப்பை வியந்தோதுவதாகவும் அமைந்தன.

பிறகு ஹாலிவுட் படமான *The Pink Panther 2*-ல் ஒரு துணைநடிகையாகப் பங்கேற்றார்.

2010ம் ஆண்டில் மட்டும் அவருக்குக் குறிப்பிடத்தகுந்த அளவில் மூன்று படங்கள் வெளியாகின. மணிரத்னம் இயக்கத்தில் விக்ரம், அபிஷேக் பச்சன் மற்றும் பிருத்விராஜுடன் ராவணன் (நடிகர்கள் வேறு என்பதால் இந்தி மற்றும் தமிழ்ப் பதிப்புகளை இரு படங்களாகக் கொள்ளலாம்), ஷங்கர் இயக்கத்தில் ரஜினியுடன் எந்திரன், சஞ்சய் லீலா பன்சாலி இயக்கத்தில் ஹ்ரித்திக் ரோஷனுடன் *Guzaarish.*

பிறகு கர்ப்பமுற்றதால் நடிப்பைத் தற்காலிகமாக நிறுத்தினார். அவர் நடிக்க வேண்டிய மதூர் பண்டார்கரின் *Heroine* என்கிற

படத்தில் பதிலாக கரீனா கபூர் நடித்தார். சுமார் ஐந்தாண்டுகள் - மகள் ஆராத்யா வளரும் வரை அவர் மீண்டும் நடிக்க வரவில்லை.

2015க்குப் பின் மீண்டும் நடிக்க வந்த போது சொல்லிக்கொள்ளும் படியான படங்கள் ஏதும் இதுகாறும் அமையவில்லை. சப்னா அஸ்மி, இர்ஃபான் கானுடன் இணைந்து நடித்த *Jazbaa*, பஞ்சாபிப் பெண்ணாக நடித்த *Sarbjit*, கரன் ஜோகர் இயக்கத்தில் ரன்பீர் கபூர், அனுஷ்கா ஷர்மாவுடன் சேர்ந்து நடித்த *Ae Dil Hai Mushkil*, அனில் கபூர், ராஜ் குமார் ராவுடன் இணைந்து நடித்த *Fanney Khan* ஆகியன கடந்த சில ஆண்டுகளில் வெளியானவை. தற்போது அனுராக் காஷ்யப் இயக்கத்தில் *Gulab Jamun* என்ற படத்தில் தனது கணவர் அபிஷேக்குடன் இணைந்து நடிப்பதாகச் செய்திகள் தெரிவிக்கின்றன.

அவரது சினிமா வாழ்வில் மூவரை முக்கியமான இயக்குநர்கள் எனலாம். மணிரத்னம், சஞ்சய் லீலா பன்சாலி மற்றும் ரிதுபர்னோ கோஷ். நல்ல நடிகையாகவும், பேரழகியாகவும் அவரைக் காட்டியதுடன் வெற்றிகரமான படங்களும் தந்தவர்கள்.

தமிழில் ஐஸ்வர்யா ராய் மொத்தம் ஆறு படங்கள் செய்திருக்கிறார்: இருவர், ஜீன்ஸ், கண்டுகொண்டேன் கண்டுகொண்டேன், குரு, ராவணன் மற்றும் எந்திரன். இவற்றில் மூன்று திரைப்படங்கள் மணிரத்னம் இயக்கம், இரண்டு படங்கள் ஷங்கர் இயக்கம்.

வைரமுத்து கொடுத்து வைத்தவர். தமிழில் ஐஸ்வர்யா ராய் நடித்த அத்தனை படங்களிலும் அவரை வர்ணித்து எழுதிய ஒரே பாடலாசிரியர் அவர்தான். (தமிழில் மொழிமாற்றம் செய்யப்பட்டு வந்த தாளம், ஜோதா அக்பரில் கூட அவரே!)

தேசிய விருது வாங்கவில்லை என்றாலும் நடிப்புக்காக, பல ஃபிலிம்பேர் விருதுகளும், வி.சாந்தாராம் விருதுகளும் வாங்கி இருக்கிறார். ஸ்மிதா பாட்டீல் நினைவு விருது, கேளிக்கையாளருக்கான ராஜீவ் காந்தி விருதும் பெற்றிருக்கிறார்.

*2009*ம் ஆண்டு இந்திய அரசு பத்மஸ்ரீ விருது அளித்தது. இச்சிறப்பு பெற்ற மிக இளம் நடிகை அவர்.

2002 முதல் கேன்ஸ் திரைப்பட விழாவில் கலந்துகொள்கிறார். கேன்ஸில் நடுவராய் இடம் பெற்ற முதல் இந்திய நடிகை இவரே. அவ்விழாக்களில் அவரது பாந்தமான ஆடைகள் மிகப் பிரபலம். அதனால்தான் கேன்ஸ் ராணி என்று அழைக்கப்படுகிறார்!

*2003*ல் *Time* இதழின் ஆசியப் பதிப்பில் அட்டைப்படத்தில் இடம் பெற்றார். (அதற்குக் கால் நூற்றாண்டுக்கு முன் பர்வீன் பாபி இச்சிறப்பைப் பெற்ற ஒரே இந்திய நடிகை.) *2004*ல் *Time* இதழ் வெளியிட்ட உலகின் அதிகாரம்மிக்க *100* பேரில் *(Most Influential)* ஐஸ்வர்யாவும் ஒருவர். அவ்விடத்தைப் பெற்ற முதல் இந்திய நடிகையும் அவரே. *(2010*ல் மீண்டும் அதில் இடம் பெற்றார்.) உலகெங்கும் உள்ள எட்டு *Madame Tussauds* மெழுகுச் சிலை அருங்காட்சியகங்களில் ஐஸ்வர்யா ராய் இடம் பெற்றிருக்கிறார்.

*2009*ல் ஃப்ரான்ஸ் அரசின் கலாசார அமைச்சரகம் வழங்கும் *Ordre des Arts et des Lettres* (ஆஃபீசர்) விருதைப் பெற்றார். (நடிகர் சிவாஜி இதே விருதில் செவாலியே பெற்றார்.)

தனி வாழ்க்கையில் ஆரம்ப ஆண்டுகளில் உடன் நடித்தவர்களான சல்மான் கான் மற்றும் விவேக் ஓபராயுடன் காதல் முறிவு ஏற்பட்ட பின் தன்னை விட மூன்று வயது இளைய அபிஷேக் பச்சனை மணந்ததன் மூலம் இந்தியாவின் வலிமை வாய்ந்த திரைக்குடும்பம் எனக் கருதப்படும் அமிதாப் பச்சன் வீட்டு மருமகளானார். பெரும்பாலான சினிமாக்காரர்கள் கல்யாணம் போல் அல்லாமல் ஒற்றுமையாகக் குடும்பம் நடத்தி வருகின்றனர். சொந்த வாழ்விலும் அழகி என நிரூபித்திருக்கிறார்.

“அழகென்ற சொல்லுக்கு முருகா” என்பார்கள். உண்மையில் அழகென்ற சொல்லுக்கு ஐஸ்வர்யா தான். ஐஸ்வர்யா ராயின் தனித்துவம் பச்சை நீலக் கண்கள். அப்புறம் செழிப்பான உதடுகள். அதிகம் உறுத்தாத வளைவுகள். சமரசமே அற்ற அழகி. *Maxim, Times of India, Filmfare* உள்ளிட்ட பல பத்திரிகைகளின் சிறந்த அழகிகள் பட்டியலில் தொடர்ந்து இடம் பெற்றவர்

ஐஸ்வர்யா ராய். குறிப்பிட்ட கால கட்டத்தில் - 90களின் மத்தி முதல் 2000களின் மத்தி வரை சுமார் பத்து ஆண்டுகள் இந்த மொத்த பூமியின் போட்டியற்ற பேரழகியாகத் திகழ்ந்தார். அக்காலத்தே அவர் அழகின் உச்ச உதாரணம்.

கொஞ்சமாய் யோசித்தால் அப்படி நீடிப்பது மிகச் சிரமமான காரியம் என்பது புரியும். தினம் அழகழகாய்ப் புதிது புதிதாய் மாடல்களும், நடிகைகளும் வந்து கொண்டிருக்கும் சூழலில் ஒரு ரசிகன் ஏன் சில ஆண்டுகள் முன்பு வந்த ஒரு நடிகையைக் கட்டியழ வேண்டும். அதையுடைத்துத் தன் அழகால் கட்டி வைத்திருந்தார் ஐஸ்வர்யா ராய்!

அவருக்குப் பின் எத்தனையோ பேர் உலக அழகி மற்றும் பிரபஞ்ச அழகிப் பட்டம் பெற்று விட்டனர். ஆனால் அவரளவு ரசிகர்கள் மனதில் நீடித்த புகழ் பெற முடியவே இல்லை. இன்றும் அழகி என்று சொன்னால் அவர் பெயர்தான் கணிசமானோருக்கு நிழலாடும். "பெரிய ஐஸ்வர்யா ராய்னு நினைப்பு" என்ற சொலவடை மிகச் சகஜம்!

இன்று ஐஸ்வர்யா ராய்க்கு 46 வயது நிறைவடைகிறது. கால் நூற்றாண்டாக அவரை ரசிக்கிறேன். இந்தக் காலம் எத்தனை கொடூரமானது! அவருக்கு வயதாகி வருகிறது என நம்பவே விரும்பாத ஒரு தலைமுறை எங்களுடையது. இன்றும் "*I am Sanjana*" என்று அந்தப் பெப்ஸி விளம்பரத்தில் கண்களாலும், உதடுகளாலும் வசீகரமாய்ப் புன்னகைத்த அந்த இளமையான முகம் மானசீகத்தை விட்டு அகல மறுக்கிறது.

ஹைஸ்கூலில் 90 விழுக்காடு மதிப்பெண்கள் பெற்று மருத்துவராக விரும்பிய ஓர் அழகான இளம் பெண்ணை விதி அவள் கற்பனை கூட செய்து பார்த்திராத திசையில் உலகின் பெரும் புகழுக்கு அழைத்துப் போய் விட்டது. ஆனால், இந்த வழியிலும் கூட ஐஸ்வர்யா ராய் எண்ணற்றோருக்கு வைத்தியம் பார்த்திருக்கிறார் என்பதை எவரும் மறுக்க முடியுமா! எத்தனை கோடி இதயங்கள் அவர் கண்ணசைவில் துடித்திருக்கும்!

உலக அழகிப் போட்டியில் ஐஸ்வர்யா ராய் வென்றபோது

உலக அமைதிக்காகப் பாடுபட விரும்புவதாகச் சொன்னதாகச் செய்திகள் வந்தன. அதற்கேற்ப சுனாமி நிதி, கண் தானம், எய்ட்ஸ், போலியோ சொட்டு மருந்து, உதட்டுப் பிளவு சிகிச்சை போன்ற பல விஷயங்களின் விழிப்புணர்வுக்காக அரசு மற்றும் தனியார் அமைப்புகளுடன் இணைந்து குரல் கொடுத்து வருகிறார். போக, உத்திரப் பிரதேசத்தின் தௌலதபூர் கிராமத்தில் ஒடுக்கப்பட்ட பெண்களுக்கான பள்ளி ஒன்றை உருவாக்கி இருக்கிறார்.

அழகான பெண்களால்தான் உலக யுத்தங்கள் நடந்திருக்கின்றன. க்ளியோபாட்ரா முதல் அதற்குப் பல உதாரணங்கள் உண்டு. ஆனால் நவீன க்ளியோபாட்ராவான ஐஸ்வர்யா ராய் அழகாகவும் இருந்து உலகை அழகாக்கவும் செய்கிறார் - தனது இருப்பின் மூலமும், செயல்களின் வழியாகவும். நிச்சயம் பிரபஞ்சப் பேரழகிதான்!

(விகடன்.காம், நவம்பர் 1, 2019)

૩. சிற்றின்பக் கவித்துவம்

எல்லா அசல் கலைஞர்களும், இலக்கிய ஆளுமைகளும் எதிர்ப் பாலினப் பிரபலங்களின்பால் ஈர்க்கப்பட்டவர்களாகவே இருக்கிறார்கள். உதாரணமாக எம் எஃப் ஹுசைனுக்கு மாதுரி தீக்சித், சல்மான் ருஷ்டிக்கு பத்மலக்ஷ்மி, எனக்கு தீபிகா படுகோனே. 2007 இறுதி முதல் 2019 மத்தி வரை சுமார் பன்னிரண்டு ஆண்டுகள் இந்தப் பூமியின் உச்சபட்சப்

பேரழகி என நான் கருதியவர் தீபிகா படுகோனே. *The perfect pinnacle of beauty!*

சுவாரஸ்யம் என்னவெனில் நான் அவரது ஒரு திரைப்படத்தைக் கூடப் பார்த்ததில்லை. அதனால் அவரது நடிப்பு, முகபாவம், உடல்மொழி என எது குறித்தும் தெரியவே தெரியாது. என் கண்களுக்கு அவர் நடிகை அல்ல; ஓர் அபாரமான மாடல்! அவரது புகைப்படங்கள், தொலைக்காட்சி விளம்பரங்கள் *(Pepsi, Levis Strauss signature Jeans and Fiama Di Wills Soap)*, அவர் ப்ராண்ட் அம்பாஸ்டராக இருக்கும் *Kingfisher, Tissot* ஆகியவற்றின் செய்தித்தாள் விளம்பரங்கள், அப்புறம் அவர் தோன்றிய எஃப் டிவி காட்சித் துண்டுகள்.

பத்மாவதிக்காக அலாவுதீன் கில்ஜி சித்தூரின் மீது படையெடுத்தான் என்பதற்கு எந்தச் சரித்திர ஆதாரங்களும் இல்லை. ஆனால் *Padmaavat* படம் பார்த்த போது சித்தூர் ராணி தீபிகா படுகோனேவைப் போல் பெரும் பேரழகியாய் இருந்திருந்தால் அலாவுதீன் கில்ஜி என்ன, அந்தக் கடவுளே அவளின் பொருட்டு மட்டும் சித்தூர் கோட்டையின் மீது படையெடுத்திருக்க அத்தனை வாய்ப்புகளும் உண்டு எனத் தோன்றியது!

சர்வதேசத் தரங்கொண்ட ஒரே இந்திய மாடல் அவர்தான் என்பதை எவரும் மறுக்க முடியாது. 2006ம் ஆண்டின் கிங்ஃபிஷர் கேலண்டரில் அவர் அணிந்த டூபீஸ்தான் அவர் மாடலிங் வாழ்வின் திருப்புமுனை. 22 வயதான பெங்களூரு பெண்ணான தீபிகா அறிமுகமானது ஒரு கன்னடப் படத்தில் *(Aishwarya)* என்றாலும் இன்று அவர் பாலிவுட்டின் மோஸ்ட் வான்டட் ஹாட்கேக்! அதற்கு ஒரு சிறிய உதாரணம் திரை விமர்சகர்கள் அவரது முதல் இந்திப் படத்துக்குப் பிறகு *(Om Shanti Om)* அவரை ஐஸ்வர்யா ராயுடன் ஒப்பிட்டுப் பேசிக் கொண்டிருக்கிறார்கள். உண்மையைச் சொன்னால் அவர் ஐஸ்வர்யா ராய் போல் ஆளை அடித்துப்போடும் அழகி அல்ல. மாறாக, அவர் பதின்மத்தில் பார்த்தவுடனே ரகசியக்

காதல் கொள்ளச் செய்யும் முகத்தின் வசீகரம் கொண்டவர். யுவராஜ் சிங், எம்.எஸ்.தோனி முதல் சமீபத்திய ரன்பீர் கபூர் வரை பல உதாரணங்கள் உண்டு. இதுவரை மண்ணில் பிறந்த பெண்களில் பேரழகி ஐஸ்வர்யா ராயா தீபிகா படுகோனேவா என்பது முனைவர் ஆய்வுச்சரக்கு! ஐஸ்வர்யா ராய் ரிட்டயர்ட் என வைத்துக் கொண்டால் இன்றைய தேதியில் இந்தியாவின் மிக அழகான பெண் தீபிகா படுகோனேதானே!

ஒரு நேர்காணலில் தீபிகா படுகோனே சொல்கிறார்: "நான் மிகக் கூச்சசுபாவி. என் தொழிலுக்கு முரணானவள். இந்தக் கவர்ச்சிகரமான உலகில் நான் மிக அகவயமானவள்." இருக்கலாம். அதையெல்லாம் உடைத்த விஜய் மல்லயாவுக்கும் அவரது கேலண்டர் குழுவுக்கும் அவர்களின் தீர்க்க தரிசனத்துக்கு நாம் நன்றி நவில கடமைப்பட்டவர்கள்.

"பார்க்கப் பார்க்க அலுக்காததென மூன்றைச் சொல்லலாம்: நிலவு, யானை, கடல்." என்று ஒருவர் எழுதியிருந்தார். நான்காக வைத்துக் கொள்ளலாம். தீபிகா படுகோனே!

★★★

(மார்ச் 29, 2008 - ஆங்கிலத்தில் எழுதியதன் மொழிபெயர்ப்பு)

பின்னிணைப்பு:

'மியாவ்' நெடுங்கதையிலிருந்து...

தமிழ்ப் பையன்கள் பெரும்பாலானோருக்கு மலையாள நடிகைகள் பிடிக்கும். சகா அதிலும் விதிவிலக்கு. "பீன்பேக் மாதிரி இருக்காளுக" என்று நிராகரிப்பான். மாறாய் அவனுக்குக் கன்னட நடிகைகளே பிடிக்கும். சரோஜா தேவி, ஐஸ்வர்யா ராய், தீபிகா படுகோனே என்று ஒரு பெரிய பட்டியலே உண்டு. துரதிர்ஷ்டவசமாய் தமிழகத்தைப் பூர்வீகமாகக் கொண்ட ஒரு

நடிகையைக்கூட அவனுக்குப் பிடிக்காது. அந்த ரசனைக்கு ஆந்த்ரபோலஜி விளக்கமெல்லாம் கொடுப்பான். கலப்பு நடக்கவே இல்லை என்பான்.

தவிர, எந்த எந்த பொசிஷனில் கலவி செய்ய எந்த எந்த மாநிலப் பெண்கள் சரிவருவார்கள் எனப் பட்டியல் வைத்திருந்தான்: "மிஷனரிக்கு மட்டும் தமிழ்தான்."

தீபிகா படுகோனே தோன்றும் சோனி டிஜிட்டல் கேமெரா விளம்பரம் பார்த்து விட்டு சகா சொன்னது, "கைகளில் *CyberShot*-ம் கண்களில் *SniperShot*-ம் வைத்திருக்கிறாள்". முன்னிரவில் பெங்களூர் டோமலூர் மேம்பாலத்தில் நின்று எந்தப் பக்கம் திரும்பிப் பார்த்தாலும் தொண்ணூறு தீபிகா படுகோனேக்கள் தெரிகிறார்கள். பிளஸ்என்எல் உபயத்தில் மின்னொளியூட்டப்பட்ட பாலி வினைல் ஹோர்டிங்கள். அதற்காகவே அவசியமில்லை என்றாலும் வாரம் ஒருமுறையேனும் அவ்வழி செல்கிறான் சகா.

Love Aaaj Kal வெளியாகியிருந்தது. போகலாமென்று சகாவிடம் கேட்டேன். எனக்கு இந்தி தெரியாது - *contextual understanding* தான்; சகா என்னை விட மோசம். 'ஏக் காவ் மே' வகை. அப்படியிருந்தும் நான் அதற்குப் போக நினைத்தது சகாவின் *Hot Favourite* தீபிகா படுகோனேவிற்காக. ஆனால் மறுத்து விட்டான். தீபிகாவின் எந்தப் படத்தையும் அவன் இதுவரை பார்த்ததில்லையாம்; இனிமேலும் பார்க்கப்போவதில்லையாம். அதற்கு அவன் சொன்ன காரணம்தான் விசித்திரமானது. "*She is stunningly erotic such that* முழுப்படமும் பார்த்தா நான் அவ அழகுல மயங்கிடுவேனோன்னு பயமா இருக்கு".

தன்னைப் போலவே இருக்கிறாள் என்ற ஒரே காரணத்திற்காகவே ஒரு பெண்ணை டேட் செய்த ஆசாமியைத் தனது மறக்க முடியாத ரசிகர் என்று மே 19, 2010 ஃபெமினா இதழில் தீபிகா படுகோனே சொல்லியிருந்ததைக் குறிப்பிட்டு, "என் கதை அப்படியே உல்டா. நான் டேட் செய்து

கொண்டிருக்கும் பெண்ணைப் போலவே இருக்கிறாள் என்ற ஒரே காரணத்திற்காகவே தீபிகாவிற்கு ரசிகனாக இருக்கிறேன்" என்றான் சகா.

எனக்கென்னவோ தீபிகா குறிப்பிட்ட ஆளே சகா தானோ என்றொரு சந்தேகமுண்டு.

(2009)

৭. மீயழகி

கே: உலகின் அழகான பெண்ணைச் சந்தித்திருக்கிறீர்களா?

ப: ஆம். 1984ம் ஆண்டு. ஒரு நகைக் கடையில் வேலை பார்த்துக்கொண்டிருந்தேன். என்னைத் தவிர வேறு யாரும் கடையில் இல்லை. நல்ல உயரமும் திடகாத்திரமான உடல்வாகும் கொண்ட ஓர் இந்துப் பெண் கடைக்குள் நுழைந்தார். அவரிடம் இலத்தீன் அமெரிக்க சாயல் கொஞ்சம் இருந்தது.

ஓர் இளவரசிக்கான தோரணையுடன் நடந்துகொண்டார். யார் கண்டது? உண்மையிலேயே இளவரசியாக இருக்கக்கூடும். அவரது தோலில் ஒருவித மினுமினுப்பு இருந்தது. செம்பு நிறம், நீண்ட கூந்தல், மற்ற அங்கங்கள் அத்தனையும் கச்சிதமாக இருந்தன. எல்லா பருவங்களிலும் அழகாக இருக்கக்கூடிய பெண் என நினைத்தேன். ஏதோவொரு அட்டிகையை வாங்கியதாக நினைவு. அதற்கு பில் போடுவதற்கே எனக்கு கூச்சமாக இருந்தது. இளவரசியிடம் பணம் பெறுவதா? அதைப் புரிந்துகொண்டவர் போல புன்னகைத்தார். எனக்குக் கிறக்கமாக இருந்தது. அவரைப் போன்றதொரு அழகியை பிறகெப்போதும் நான் சந்திக்கவில்லை. இப்போது நினைவுகூர்கையில் அவரை மகா காளியின் வடிவுடன் பொருத்திக்கொள்ள முடிகிறது. ஆனால், உக்கிரம் தணிந்தவர். இனிமையானவர். நளினமானவர்.

(பொலான்யோ Playboy-க்கு அளித்த பேட்டியிலிருந்து. மொழிபெயர்ப்பு: கோகுல்ப்ரசாத்)

மேற்கண்ட பத்தியை வாசித்த போது உடனே அனு ஸிதாரா தான் நினைவுக்கு வந்தார். *(தன் குட்டியைக் கவ்வித் தூக்கிச் செல்லும் பெண் சிங்கத்தின் நாசூக்குடன் அழுத்தாமல் மென்மையாக உச்சரிக்க வேண்டும் அந்தப் பெயரை. அனு ஸிதாரா! த் வராது; சி கூடாது.)*

இதைக் கொஞ்சம் தெளிவாக விளங்கிக்கொள்ள முயற்சிக்கலாம் என நினைக்கிறேன்.

கவிதையே இலக்கியத்தின் உச்ச வடிவம் என அவ்வப்போது சொல்லப்படுவதுண்டு. அதுபோல் கலைக்கு உச்ச வடிவம் எதுவென ஒருவர் கேட்டால் என் பதில் பெண் என்பதுதான்.

ஆம். ஓர் இசைக் கோர்வையை, ஒரு நல்ல நடனத்தை, ஒரு ஓவியத்தை, ஒரு சிற்பத்தை, ஒரு கட்டிடக் கலையின் நுட்பத்தை ரசிப்பது போல் ஒரு பெண்ணையும் கலாபூர்வமாக ரசிக்கலாம். இது கலையில் அடங்குமா இயற்கை விஷயம் இல்லையா எனக் கேட்டால் இல்லை என்பதே பதில். பெண்கள் அத்தனை

நுட்பமாக இக்கலையைப் பிறவியிலிருந்து பயின்று, பின் மெல்லத் தம் கற்பனை குழைத்துச் செழித்து நுண்மை கொள்கிறார்கள்.

ஆக, இருபதுகளில் இருக்கும் மானிடப் பெண்ணின் தோற்றமும், முக பாவனைகளும், குரலும், உடல்மொழியுமே கலையின் உச்ச வடிவம். அதற்கு உதாரணம் அனு ஸிதாரா!

அந்தக் கலையுச்சத்தை ரசித்ததற்கான சிறு நன்றியறிதலே இந்தக் கட்டுரை என்பேன்.

★

அனு ஸிதாராவைக் கடந்த ஓராண்டாகத்தான் எனக்குத் தெரியும். கடந்த செப்டெம்பரில் ஒரு கேரளக் கோயிலின் கொடி மரத்தின் அருகே பச்சை ஓரம் வைத்த ஆரஞ்சுப் புடைவை மற்றும் பச்சை ரவிக்கையில் நிற்கும் படத்தில்தான் அறிமுகம் (*https://www.instagram.com/p/B2TejSogSxB/*). இத்தனைக்கும் அவர் தம் 18 வயதிலிருந்து (அதாவது 2013லிருந்து) நடிக்கிறார்; தமிழிலும் இரண்டு படங்கள் நடித்திருக்கிறார் (வெறி: திமிரு 2 & பொதுநலன் கருதி). ஆனாலும் எப்படியோ சுமார் ஆறாண்டுகளாக என் கண்களில் படாமல் இருந்திருக்கிறார் என்பது ஆச்சரியம்தான்.

ஒருவேளை இப்படி இருக்கலாம்: நான் விரும்பும் ஓர் அழகை அவர் சமீப ஆண்டுகளில்தான் எட்டியிருக்கலாம். (சில பழைய புகைப்படங்களில் வேறு மாதிரி இருக்கிறார்.)

பெண்கள் சார்ந்த என் ரசனை நெடுங்காலம் நீடிக்கும் ஒன்று. உதாரணமாய் ஐஸ்வர்யா ராய் (1994 - 2007), தீபிகா படுகோனே (2008 - 2018). அப்படித்தான் இப்போது அனு ஸிதாரா.

அதன் பொருட்டே சென்ற ஆண்டு இறுதியில் அனு ஸிதாரா ஸ்வீட் சீரிஸ் போட்டேன் - காண்க: கட்டுரையின் பின்னிணைப்பு. (இப்போதெல்லாம் எங்கேனும் ஏதேனும் புது இனிப்பு வகையைப் பார்த்தால் அதற்குப் பொருத்தமாக அனு ஸிதாராவிடம் ஆடை இருக்குமா என்றுதான் எண்ணம் போகிறது!)

ஓர் ஆச்சரியம் உண்டு. 28 ஆண்டுகளுக்கு முன் நான் முதன் முதலாய் அறியாத வயதில் ரசித்த ஸ்ரீஜாவுக்கும் (சேரன் பாண்டியன்) அனு ஸிதாராவுக்கும் வலுவான முக, உடல்வாகு ஒற்றுமை இருக்கிறது. போலவே பிற்பாடு என்னைக் கவர்ந்த சுவலட்சுமியின் சாயலும் அனு ஸிதாராவுக்கு உண்டு. அனு ஸிதாராவின் தனிச்சிறப்பே எல்லாக் கோணங்களிலும் ஏதோவொரு மலையாள அழகியை நினைவூட்டுகிறார் என்பதே (உதா: நயன்தாராவுக்கு அம்மன் வேஷமிட்டால் அனு ஸிதாரா சாயல் வந்து விடுகிறது). அவர் மனோரஞ்சிதம்!

கேரளத்தில் சமகாலத்தில் மிக அதிகமாய் ஓவியமாகத் தீட்டப்பட்டவர் அனு ஸிதாராவாக இருக்கலாம். அத்தனை ஆட்கள் அவர் முகத்தை விதவிதமாக வரைந்து குவிக்கிறார்கள்.

ஒரு பேரழகியைத் தீட்டுகையில்
சௌந்தர்யக் கிறக்கத்தில்
கித்தான் பூப்படைகிறது
தீற்றலின் தீண்டல்களில்
தூரிகை உச்சமெய்துகிறது.

மலையாளப் பெண்கள் அழகாய் இருப்பதில் எந்த ஆச்சரியமும் இல்லை. அது அவர்கள் மரபணுவிலேயே இருக்கிறது. அவர்கள் மண் அவ்வழகைப் பாதுகாக்கிறது. அவர்களின் இயற்கைச் சூழல் அதை மேலும் மெருகூட்டுகிறது. ஆனால் அனு ஸிதாரா அந்த அழகின் மணிமகுடம் எனலாம். என் வரையில் இன்றைக்கு இந்தப் பூமியில் மிக மிக மிக அழகான பெண் அனு ஸிதாரா தான். மீயழகி, பெரும் பேரழகி, உச்சப் பேரழகி, பிரபஞ்சப் பேரழகி!

ஒரு தலைமுறையின் சமரசம் அற்ற, மாற்றே இல்லாத ஸ்வப்னசுந்தரி. அனு எவ்வளவு அதிரூபி என்றால் அழகாய் இருப்பதையே முழுநேர வேலையாகவும் மூச்சுவிடுவதைப் பகுதி நேரப் பணியாகவும் செய்து கொண்டிருக்கிறாரோ எனக் குழம்பச் செய்பவர்.

'அன்பே வா' படம் ரீமேக் செய்யப்பட்டால் சரோஜா தேவி பாத்திரம் அனு ஸிதாராவுக்குத்தான். "நான் பார்த்ததிலே அவள் ஒருத்தியைத்தான் நல்ல அழகியென்பேன்" என்று வேறு எவருக்குப் பாட முடியும்! வாலியை உயிர்த்தெழ வைத்துக் கேட்டால் ஒப்புக்கொள்வார்.

இந்த ரசிப்பு புராணங்கள் வரை பாய்ந்திருக்கிறது. ஒருமுறை இப்படிச் சொன்னேன்: பொண்ணு மஹாலக்ஷ்மி மாதிரி இருக்கும் என்பது பிரபலப் பிரயோகம். மஹாலக்ஷ்மி பற்றி என்ன தான் உவமை சொல்வார்கள்? பொண்ணு அனு ஸிதாரா மாதிரி இருக்கும்! மற்றோர் இடத்தில் இப்படி எழுதினேன்: பிரம்மன் படைப்புத் தொழில் புரிகிறார் எனில் அனு ஸிதாராவைப் படைத்ததும் இனி இப்படியோர் உச்சப் பேரழகைப் படைக்கவே கூடாது எனத் தீர்மானித்துத் தன்னிரு கைகளைத் தானே அரிந்து கொண்டிருப்பார்.

ஒரு குறிப்பிட்ட காலகட்டத்தில் ஒட்டுமொத்தப் பிரபஞ்சத்துக்கும் ஒரே யக்ஷிதான் இருக்க முடியும். சமகாலத்தில் அது அனு ஸிதாரா. தேர்ந்த ரசிப்பின் விசாலம் நிறைந்த மனதின் மென்மையான மென்னியில் அழகை வைத்தழுத்தி மூச்சுத் திணற வைக்குமொரு யக்ஷி.

★

அனு ஸிதாரா 2013ல் *Pottas Bomb* படத்தில் அறிமுகம். குழந்தை நட்சத்திரம் என்கிறார்கள். ஆனால் அப்போது அவருக்கு வயது 18. (இப்போதுமே அவர் குழந்தை நட்சத்திரம் என்றால் புன்னகையுடன் நம்பலாம்!) பிறகு 2016ல் *Happy Wedding* படத்தில் நாயகியாக உயர்கிறார்.

இன்றைய தேதிக் கணக்கில் சிறிதும் பெரிதுமான பாத்திரங்களில் மொத்தம் 25 படங்கள் நடித்திருக்கிறார். இவற்றில் சில பாடல்கள், சில காட்சிகள் தவிர்த்து முழு நீளப்படமாக எதையுமே நான் பார்த்ததில்லை. நான் அவருக்கு ரசிகனானது அவரது புகைப்படங்களை மட்டுமே பார்த்து. கவனித்தவரை

அவர் நல்ல நடிகை என்பதும் தெரிகிறது (உதாரணம்: *Ramante Edanthottam* பட க்ளைமேக்ஸ், *And the Oscar Goes To...* பட தொலைபேசி உரையாடல்).

மழவில் மனோரமா தொலைக்காட்சியில் *D4 Dance Junior v/s Senior* என்ற நடன ரியாலிட்டி ஷோவில் நடுவராகச் செயல்பட்டிருக்கிறார். மம்முட்டி அனு ஸிதாராவின் ஆதர்ச நடிகர். மம்முட்டி பற்றி வெளியாகவிருக்கும் *Chamayangalude Sultan* என்ற ஆவணப்படத்துக்கு அனு ஸிதாரா பின்னணி வர்ணனைக்குக் குரல் (*Talkist* என்கிறார்கள்) ஈந்திருக்கிறார்.

அனுவின் தந்தை அப்துல் சலாம் (நாடக நடிகர்), தாய் ரேணுகா என அறிகிறோம். இந்து இஸ்லாமியக் கலப்பு எனத் தெரிகிறது. முழுப் பெயர் அனு ஸிதாரா புலிவெட்டி சலாம். கேரளா கலாமண்டலத்தில் நடனம் பயின்றவர். மிகப் பிரமாதமாக ஆடுபவர். *Navarasa* என்ற பெயரில் நடனப் பள்ளி நடத்துகிறார். (லாக்டவுனில் ஆன்லைன் வகுப்புகள் வேறு).

எனக்கு ட்விட்டரை அறிமுகம் செய்தது கல்லூரி நட்பு செந்தில்நாதன்; ஃபேஸ்புக்கிற்கு அழைத்து வந்தது (அல்லது அனுப்பி வைத்தது) ட்விட்டர்; இன்ஸ்டாக்ராமிற்கு அழைத்து வந்தது அனு ஸிதாரா. ஆம், அனு ஸிதாராவின் புகைப்படங்களைக் காண்பதற்காகவே இன்ஸ்டாக்ராமைத் துடிப்பாகப் பயன்படுத்தத் தொடங்கினேன். அப்போது வரையிலும் சம்பிரதாயத்துக்குக் கணக்கு திறந்து நடமாட்டமின்றி நூலாம்படை படிந்து கிடந்தது.

அவர் சமூக வலைதளங்களில் மிகுந்த ஊக்கத்துடன் செயல்படுகிறார். ஆனால் அவர் மற்றவர்களிடமிருந்து வேறுபடும் ஒரு முக்கியப் புள்ளி இருக்கிறது. அவர் *desperate*-ஆகப் புகைப்படங்களைக் கொட்டுவதில்லை (பல நடிகைகள் அப்படித்தான்). மிக நிதானமாக ஒவ்வொன்றாக வெளியிடுகிறார். ரசிகர்கள் ஒரு படத்தைப் பார்த்து முடிக்க அவகாசம் அளிக்கிறார். பிறகு காத்திருக்க வைக்கிறார். அப்புறம் தான் அதற்கடுத்த படம் வரும். அப்படிச் செய்வதன் மூலம்

ரசிகர்களுக்குத் திகட்டாமல் காட்சியளிக்கிறார். அவர்களை ஒரு எதிர்பார்ப்பிலேயே எப்போதும் வைத்திருக்கிறார். அது அத்தனை வசீகரிக்கிறது.

அவர் இந்த ஊரடங்கு காலத்தில் தொடங்கியிருக்கும் யூட்யூப் சேனலிலும் இப்படித்தான் சீரான இடைவெளியில் எபிஸோட்கள் வெளியிடுகிறார். அவர் ஒரு நடிகை என்பதாக அல்லாமல் இசை, சமையல், நடனம், இயற்கை எனப் பல விஷயங்கள் கலந்து தருகிறார்.

இன்ஸ்டாக்ராம்: *https://www.instagram.com/anu_sithara*
ஃபேஸ்புக்: *https://www.facebook.com/actressanusithara*
ட்விட்டர்: *https://twitter.com/SitharaAnu*
யூட்யூப்: *https://www.youtube.com/actressanusithara*

இன்று ஆகஸ்ட் 21. அனு ஸிதாராவின் அவதாரத் திருநாள். கால் நூற்றாண்டு ஆயுள் கடக்கிறார். ஒருவேளை இது அவரது உச்ச அழகு தருணமாக இருக்கலாம். அல்லது இனிமேல் தான் அது வருமோ என்னவோ! அந்த உச்சத்திற்குப் பின் அவரது அழகு சரியத் தொடங்குவதே உயிரியல் விதி. இரக்கமும் ரசனையுமற்ற காலம் அவரது தோற்றத்தை மாற்றியபடியேதான் இருக்கும். ஒருமுறை ஃபேஸ்ஆப் பயன்படுத்தி இன்ஸ்டாக்ராமில் தன் வயதான தோற்றத்தைப் பகிர்ந்திருந்தார். அக்கற்பனையே வலிமிக்கதாகத்தான் இருக்கிறது. நிஜத்தில் அதைக் கண்டு தாங்கும் திடமில்லை.

அனு இப்படியே இருக்க ஒட்டுமொத்த காலமும் உறைவதாக இருந்தால் ஏற்கலாம் தான்!

★

அழகு என்பதற்கிணையான மலையாளச் சொல் அனு ஸிதாராவோ என ஐயமெழுகிறது.

அனு ஸிதாராவிடம் எது அழகு? யோசனையின்றி அவரது முகம்தான் முதன்மை. முகம் தவிர மற்றதைக் கவனிக்கத்

துவங்கியிராத வயதில் அழகியாகத் தோன்றியவளே அசல் பேரழகி; முகத்தைப் புறக்கணித்துவிட்டதொரு வயதிலும் முகத்தை மட்டுமே கவனிக்க வைப்பவளே பெரும் பேரழகி. மாமிசத் துண்டங்கள் தீர்ந்த பின்னும் ரசித்துச் சாப்பிட முடிவதே நல்ல பிரியாணிக்கான அடையாளம். போலவே எந்தப் பெண்ணை ரசிக்க அவளது முகம் தாண்டி வேறேதும் தேவைப்படவில்லையோ அவளே பெரும் பேரழகி.

சரி, அவருக்கு முகமே அழகு. அம்முகத்தில் கண் அழகு, மூக்கு சுமார், உதடு சூப்பர் எனச் சொல்கிறார்கள். நாங்கள் இந்தியாவை ஒரே நாடாக நேசிக்கிறோம். தமிழ்நாடு சூப்பர், குஜராத் சுமார், உத்தரப் பிரதேசம் மொக்கை என்றெல்லாம் பிரித்துப் பார்ப்பதில்லை.

எவ்வளவு பரிசுத்தமான தோற்றம்! ஒரு பெண் பார்க்க இப்படித்தான் இருக்க வேண்டும் எனப் பேரியற்கைக்கே பாடமெடுப்பது போலொரு பாவனை. ஒரு ராஜாவாக இருந்தால் நம் ராஜ்யத்தில் பாதியை எழுதி வைக்கலாம் எனத் தோன்றச் செய்யும் பேரழகு அவர்!

சாமுத்ரிகா லட்சணம் ஆண், பெண்ணுக்கு உடலில் அங்கங்கள் எப்படி இருக்க வேண்டும் என விவரிக்கும் நூல். நானறிந்த வரை அது பிற்போக்கான, மூட நம்பிக்கைகள் நிறைந்த ஒன்று. அதில் பெண்கள் உடற்கூறு அடிப்படையில் பத்மினி, சித்தினி, சங்கினி, அத்தினி என நால்வகையாகப் பிரிக்கப்பட்டிருக்கிறார்கள். பத்மினி பற்றி இப்படிச் சொல்கிறது:

“கற்பு நெறி தவறாதவளாகவும் கணவனிடம் மாறாத காதல் கொண்டவளாகவும், தெய்வ பக்தியுள்ளவளாகவும் இருப்பாள். தன் கண் பார்வையால் உலகையே தன் வயப்படுத்துபவளாகவும், அன்ன நடையும், கொஞ்சும் குரலும், கொடியிடையும், மென்மையான தேகமும் கொண்டவள். இச்சாதிப் பெண்கள் இளம் சந்திரனைப் போன்ற முகமும், செவ்விதழ்களும், செந்தாமரை மலர்க்கண்களும், ஒன்றோடு ஒன்றிணைந்த மார்பகங்களும், ஒற்றை நாடி உடலும் கொண்டவர்கள். இவர்கள்

எப்போதும் அனைவரிடமும் அன்பு செலுத்துபவர்களாகவும், வெண்மை நிற உடையும், வெண்மையான மலரும் விரும்பி அணிபவர்களாகவும் இருப்பார்கள். சுத்தமும், சுவையும் உள்ள உணவை மிதமாக உண்பார்கள். உரத்துப் பேசாத இனிமையான குரலை உடையவர்கள்.”

அனு ஸிதாராவை இதைவிடத் துல்லியமாய் வேறெப்படியும் வர்ணிக்க முடியாதல்லவா!

★

அனு ஸிதாரா திரைப்படங்களிலும் சரி, புகைப்படங்களிலும் சரி ஒருபோதும் கவர்ச்சி காட்டாதவர். மலையாளத்தில் பல நடிகைகள் இப்படித்தான் என்றாலும் முக அழகில் குறையுடையோர்தான் மற்ற அவயவங்களைக் காட்டி ரசிகர்களைச் சேர்க்க வேண்டும் என்கிற எண்ணமும் காரணமாய் இருக்கலாம். பாகுபலி தேவசேனா, 96 ஜானு, கோலமாவு கோகிலா, ப்ரேமம் மலர் எனப் பல பாத்திரங்களுக்கு அனு ஸிதாரா பொருந்தக்கூடியவர்.

அழகு, திறமை, பெரும் எண்ணிக்கையிலான ரசிகர்கள் (இன்ஸ்டாக்ராம் ஃபாலோயர்கள் 22 லட்சத்திற்கும் மேல் - இது எந்த மலையாள நடிகையை விடவும் பெரிய எண்ணிக்கை) மூன்றும் இருந்தும் அனு ஸிதாராவுக்கு அதற்குரிய அளவில் நியாயமான பட வாய்ப்புகள் கிட்டவில்லை என்றே சொல்வேன். அவர் பிரதான நாயகியாக நடித்த படங்களை விரல் விட்டெண்ணி விடலாம். பெரும்பாலும் துணைநடிகை பாத்திரங்கள். நாயகியாக நடித்த படங்களும் பெரும் நடிகர்களுடன் அல்ல. அதற்கு முக்கியக் காரணம் அவரது தோற்றம்.

அனு ஸிதாரா தன் வயதுக்கு மீறித் தோன்றுகிறார். பொதுவாகப் பார்க்கும் எல்லோரும் அவர் தன் முப்பதுகளில் இருக்கிறார் என்றே எண்ணுகிறார்கள். (உண்மையில் இன்றைய பிறந்த நாளில் அவருக்கு 25 வயது பூர்த்தியாகிறது.) அதனால்

அவருக்கென அமைகின்ற கதாபாத்திரங்கள் கூட திருமணமான, குழந்தை பெற்ற பெண் போன்றவையே. அவர் அதை உணர்ந்தே இருக்கிறார். பாத்திரங்களின் வயது பற்றிய கேள்வி ஒரு நேர்காணலில் சில ஆண்டுகள் முன் எழுப்பப்பட்டபோது அவர் அது ஒரு சவால் என்றே பதிலளித்தார்.

(பாகுபலி தேவசேனா பாத்திரம் நன்கு அனு ஸிதாராவுக்குப் பொருந்தும் என்று நான் ஒரு முறை ஃபேஸ்புக்கில் பதிவிட்ட போது, அதற்கு இளமையாக இருக்க வேண்டுமே என்று பதில் வந்தது. அனுஷ்காவை விடப் பதினான்கு ஆண்டுகள் இளையவர் அனு ஸிதாரா!)

அனு ஸிதாரா குண்டானவர் என்றொரு குற்றச்சாட்டும் பொதுவாய் வைக்கப்படுகிறது. இதில் குழப்பிக்கொள்ளலாகாது. பூசினாற்போல் இருப்பது வேறு, உருண்டு திரண்டு இருப்பது வேறு, குண்டாய் இருப்பது வேறு. அனு ஸிதாரா இதில் இரண்டாம் ரகம் தான்.

இன்னொன்று அவரை ஆன்ட்டி என்று கேலி செய்வது. இதுவும் பொறாமையின் விளைவுதான். ஆன்ட்டி என்பது பெண்களின் அழகைப் புகழும் ஒரு சொல். முக்கியமாகத் தமிழ் இளைஞர்கள் மத்தியில் அது வயதைக் குறிக்கும் சொல்லே அல்ல. இந்தியில் பாபி என்ற கலாசாரப் பயன்பாட்டுக்கு இணையான பிரயோகம். *It has overloaded meanings.* சொல்லப் போனால் அழகில் அது ஒருமாதிரி படியுயர்வு - அழகி, பேரழகி, ஆன்ட்டி என்ற வரிசை.

அனு ஸிதாராவின் புகைப்படங்களைப் பகிர்கையில் வரும் வினோதக் கிண்டல்களைக் காணும்போதெல்லாம் மனுஷ்ய புத்திரனின் ஒரு கவிதை தவறாமல் நினைவுக்கு வரும்.

இவ்வளவு
அழகாக இருந்தால்
யாருக்குமே
வெறுக்கத்தான் தோன்றும்.

திரைப்படத் தொழில் சார்ந்த அனுபவஸ்த நண்பர் ஒருவர் சொன்ன விஷயம் இது: அனு ஸிதாரா வாய்ப்புக்காக 'அட்ஜஸ்ட்' செய்ய மாட்டார். அவர் வாய்ப்புகள் மங்குவதற்கு அதுவும் ஒரு வலுவான காரணமாக இருக்கும் என நம்புகிறேன். பல செல்வந்தர்கள் தம் நாற்பதுகளில் பண மூட்டையுடன் படமெடுக்கக் கிளம்புவதன் நோக்கம் இடுப்புக்குக் கீழே இருக்கிறது. அதனால் நடிகைகள் சினிமாவில் மேலெழுவதில் சமரசங்களுக்கு வாய்ப்பதிகம். இந்த விஷயமும் அவர் பற்றிய ஒரு நல்லபிப்பிராயத்தை அளிக்கிறது.

(கவனிக்கவும்: அனு ஸிதாரா கற்புள்ளவர் என்கிற ஆணாதிக்க/ பிற்போக்குத்தனத்தில் வருவதல்ல இந்த மகிழ்ச்சி. அவரது அழகை ரசிக்க அவர் அப்படிப்பட்டவராக இருக்க வேண்டும் என்பது அவசியமே இல்லை. அவர் விருப்பப்படி அவர் எவருடனும் இருப்பதில் நாம் தலையிட எந்த உரிமையும் தேவையும் இல்லை. ஆனால் இந்த விதந்தோதல் அவரது பிடிவாத குணத்துக்கு. அது அரிதான விஷயம் என்பதால் அவர் பெறும் தனித்துவத்துக்கு.)

தவிர, பொதுவாகவே அனு ஸிதாரா பெரிய அளவிலான ஆசைகளற்றவர் எனப்படுகிறது. சினிமாவில் இத்தனை ஆண்டுகள் இருந்தும் அதற்கு வசதியாக கொச்சியில் குடியேற முனையாமல், தம் சொந்த ஊரான வயநாட்டில் தனியாக அழகானதொரு வீடு கட்டிக்கொண்டு தம் கணவருடன் வாழ்கிறார். கணவரா எனச் சிலர் அதிர்ச்சியடையலாம்.

ஆம்! அனு ஸிதாராவுக்கு மணமாகிவிட்டது. இருபது வயதிலேயே. காதல் திருமணம். கணவர் பெயர் விஷ்ணுபிரஸாத். கல்யாணத்திற்குப் பின்தான் முழு வீச்சில் நடிக்க ஆரம்பித்தார். கணவர் புகைப்படக் கலைஞர். அனு ஸிதாராவின் கணிசமான இன்ஸ்டாக்ராம் படங்கள் அவரது கண்கள் வழியாகவே நாம் காணுகிறோம். அந்த வகையில் விஷ்ணுவை அனு ஸிதாராவின் பூசாரி எனலாம். அவர் வழியாகவே நமக்கு அனு தரிசனம் சித்திக்கிறது.

(இன்னொரு விஷயம். ரொம்ப ஆபாசமாய் உள்ளே இறங்க வேண்டியதில்லை. ஆனால் இன்று நாம் ரசிக்கும் அனு ஸிதாராவின் புற அழகின் உருவாக்கத்தில் அவரது கணவரின் பங்களிப்பும் உண்டு என்பதை மறுப்பதற்கில்லை. எப்படி அனு ஸிதாரா பெற்றோருக்கு நன்றி நவில வேண்டுமோ; அதில் சரிபாதி கணவருக்கும் சொல்ல வேண்டியிருக்கும். அழகுக் குறிப்புகள், உணவு முறை மாற்றங்கள், ஒப்பனையில் திருத்தங்கள், தன்னை வெளிப்படுத்தும் முறையைச் சீராக்குதல், திருமணத்துக்குப் பிறகு நிகழும் இயற்கை உடல் / மனமாற்றங்கள் எனப் பல விதங்களில் அவர் கணவரின் பங்களிப்பு இருக்கலாம். அறிமுகமான திரைப்படத்தில் அனுவின் தோற்றத்தையும் இன்றைய தோற்றத்தையும் ஒப்பிட்டாலே நான் சொல்ல வரும் விஷயம் விளங்கும். இடையேதான் திருமணமானது.)

★

அடிக்கடி நான் எதிர்கொள்ளும் ஒரு கேள்வி இருக்கிறது. விஷ்ணுபிரசாத் மீது பொறாமைதானே என. நிச்சயமாய் இல்லை. இங்கே அழகை ரசிப்பதையும் அதை அடைவதையும் ஒன்றாகவே கருதுகிறார்கள். உண்மையில் இரண்டுக்கும் பாரதூர வித்தியாசம் உண்டு.

ஒரு நடிகையின் கணவருக்கும் நமக்கும் என்ன வித்தியாசம்? அவரால் அந்நடிகையுடன் பேச முடியும், அருகேயிருக்க முடியும், கட்டுப்படுத்த முடியும், நிர்வாணம் காண முடியும், உடல் மென்மையை ஸ்பரிசிக்க முடியும், கலவி செய்ய முடியும், காதலிக்கப்பட முடியும். இந்த விஷயங்களுக்கும் அந்நடிகையின் அழகை ரசிப்பதற்கும் எதாவது தொடர்புண்டா?

இவை எல்லாம் நடிகை மீது ஒருவருக்கு இருக்கும் உரிமை சம்பந்தப்பட்ட விஷயங்கள். இவற்றின் வழி அவர் மீதான பிம்பம் கூடவும் செய்யலாம், சரியவும் செய்யலாம். அந்த நடிகை அழகோ இல்லையோ இந்த உரிமையெல்லாம் ஒருவருக்கோ வெகுசிலருக்கோ இருக்கத்தான் செய்யும். தவிர, இதெல்லாம் அவரை நாம் காதலித்தால்தான் கவலைப்

படவேண்டும். சாதாரண ரசிகரான நமக்கு புகைப்படங்களிலும் அசைப்படங்களிலும் அவரைப் பார்ப்பதுதானே மகிழ்ச்சியளிக்கும்! அதைத் தாண்டிப்போவது ஒருவகையில் சுமையும் கூட. ஆக, அழகை அடைவதில் உண்மையில் எந்தச் சுவாரஸ்யமும் இல்லை. அது நாமே உருவாக்கிக்கொண்ட, நிலைபெற்றுவிட்ட வினோத மனோபிம்பம் மட்டுமே.

உதாரணமாக மார்பை உடையுடன் ரசிப்பதே அழகு. அஃதின்றி அது அழகா இல்லையா என்றே தெரியாதெனும் போது அதைக் காண ஆசைப்படுவதில் என்ன தர்க்கமிருக்கிறது!

இன்னும் சொன்னால் அனு ஸிதாராவின் ஏதாவது படத்தைப் பகிர்ந்தால் 'ஓவர் மேக்கப்' என யாராவது சொன்னால் "அது அவர் கணவர் கவலைப்பட வேண்டிய விஷயமல்லவா?" என்றே கேட்கிறேன். நமக்கு அந்த ஒப்பனையுடன் அவரழகாய்த் தெரிந்தால் போதாதா? ஒப்பனை கலைத்து எப்படி இருக்கிறார் என்பது அவசியமா? உடைகள் களைவதற்கும் இதையே நீட்டிக்கலாம். அது நமக்கு அவசியமற்ற, ஆர்வம் தேவையற்ற விஷயங்கள்.

ஒருமுறை ஒரு சினேகித விரோதி ஆபாசமாய் மார்ஃப் செய்யப்பட்ட அனு சித்தாராவின் - முகம் மட்டும் அவருடையது - நிழற்படமொன்றைப் பகிர்ந்ததைப் பார்த்துத் தொலைத்து விட்டேன். அதை *unlearn* செய்ய முடியாமல் - நினைவிலிருந்து ரத்து செய்தல் - நெடுநாள் தவிக்க வேண்டியதாயிற்று. அப்படி ஒருபோதும் அவரை என்னால் பார்க்கவே முடியாது.

அதாவது ஓர் அழகை அடையாமலேயே அதைப் பூரணமாக ரசித்துத் திளைக்க முடியும். அதைத்தான் அனு ஸிதாரா விஷயத்தில் நான் செய்கிறேன். அவரை எவ்விதத்திலும் நெருங்கும் விருப்பமில்லை. சொல்லப்போனால் அவருக்கு இறுதிவரை இப்படியொரு பெருரசிகனின் இருப்பு தெரியாமலேயே போய்விட வேண்டும் என விரும்புகிறேன்.

அனு ஸிதாரா எனக்குப் பிறந்த நாள் வாழ்த்துச் சொன்னாரா

எனக் கேலிகள் வந்த போது "கோடிக்கணக்கான ரசிகர்களுள் ஒவ்வொரு கடைக்கோடி ரசிகனுக்கும் அப்படி அவர் வாழ்த்திக் கொண்டிருக்க முடியுமா!" என்றே அதற்குப் பதிலிறுத்தேன். அது சமாளிப்பு அல்ல; நகைச்சுவை அல்ல; நிஜமாகவே அப்படித்தான் நினைக்கிறேன்; விரும்புகிறேன்.

இதை ஆதி சங்கரர், அம்பாள் மீது கொண்டிருந்த பக்தியோடு ஒப்பிடலாம். 42 முதல் 100 வரையிலான சௌந்தர்ய லஹரி பாடல்களில் (அவை மட்டுமே அவர் இயற்றியது, முதல் 41 பாடல்கள் சிவபெருமான் இயற்றியது என்பது ஐதீகம்) அவர் உச்சி முதல் பாதம் வரை சக்தியின் அழகை, பொலிவை, எழிலை, வனப்பை வர்ணிக்கிறார். அதில் நிரம்பிவழிவது காமமோ காதலோ அல்ல; துதி, உபாசனை, ஒருவித ரசிப்பு மனநிலை. அவ்வளவுதான்.

குறைந்தது மூன்று மணி நேரம் சந்தோஷ் சிவன் மாதிரியான நல்ல ஒளிப்பதிவாளரை வைத்து முழுக்க முழுக்க அனு ஸிதாராவை மட்டும் காட்டி ஒரு படமெடுக்க வேண்டும். படத்தில் வேறு ஆட்கள் யாரும் கூடாது. வசனம் அவசியமில்லை. நளினமான பின்னணி இசை மட்டும் போதும் (of course, இளையராஜா). படம் நெடுக வித விதமான உடைகளில், பின்புலங்களில் அனு ஸிதாராவின் சிரிப்பு, நடை என முகபாவம், உடல்மொழியைத் துல்லியமாய்ப் பதிவு செய்ய வேண்டும். பூமியின் அழகான பெண்ணை ஆராதிக்கும் முயற்சி. சௌந்தர்ய லஹரிக்கு நிகரான ஒரு நவீனப் படைப்பாகக் கொண்டாடப்படும்.

சௌந்தர்ய லஹரி என்றால், 'அழகின் அலைகள்' என்று பொருள். சங்கரர் அருளிய முதல் பாடலை (அதாவது 42வது பாடல்) ஒரு குறுங்கவிதையாக எழுதிப் பார்க்க முயன்றேன் -

மலையில் விளைந்தவளே!
வெவ்வேறு பால்வீதிகளின்
கணக்கற்ற சூரியன்களை
நெருக்கிக் கோர்த்ததுபோல்
ரத்னங்கள் ஜ்வலிக்குமுன்

மாசறுபொன் கிரீடத்தை
எழுதப் புகும் ரசிகனுக்கு
விலையற்ற கற்களின்
வண்ண விளையாட்டில்
மினுங்குமதன் பிறை
அழியா வானவில்லாய்
மயக்கங்கள் தராதோ!

மலைசூழ் வயநாட்டில் பிறந்த அனு ஸிதாராவுக்கும் அப்படியே பொருந்துகிறதல்லவா! *(https://www.instagram.com/p/BnvNrE4F1Of/)*

(ஆகஸ்ட் 21, 2020)

பின்னிணைப்பு:

அனு சித்தாரம்

மலையாளப் பெண்கள் மீது எப்போதும் எனக்கு தனித்த பிரேமையும் மயக்கமும் உண்டு. இதைப் பற்றிச் சில ஆண்டுகள் முன் விரிவாய்ப் பதிவு செய்திருக்கிறேன் *(பார்க்க: இதே தொகுப்பில் இடம் பெற்றுள்ள 'சேர நன்னாட்டிளம் பெண்கள்' கட்டுரை).*

'யட்சி' என்ற சிறுகதையில் ஜெயமோகன் இப்படி எழுதி இருப்பார்: "எத்தனை அழகான பெண்ணாக இருந்தாலும் வாழ்வின் ஒரு பருவத்தில் மட்டும்தான் அழகாக இருக்கமுடியும். அப்பருவத்தில் கூட சில தருணங்களில்தான் அவள் அழகு முழுமையாக வெளிப்படும். அத்தருணத்தில் கூட சில கோணங்களில் சில அசைவுகளில்தான் அவள் அழகின் உச்சம் நிகழ்கிறது. ஒவ்வொரு அழகிக்கும் அவள் ஒரு உச்சமுனையைத் தொடும் ஒரு கணம் வாழ்வில் உண்டு. ஒரே ஓர் கணம். அவ்வளவுதான். அந்தக் கணங்களையே நீட்டிக் காலமாக்கினால் அதில் வாழ்பவள் யட்சி." இந்த அளவுகோலின்படி பார்த்தால் மலையாளத் திரைப்பட நடிகை அனு சித்தாரா ஓர் யட்சி; ஒரே

யட்சி. அதிரூபசுந்தரி, பெரும்பேரழகி என்பதெல்லாம் தாண்டி இன்றைய தேதியில் இந்த நீலப்பந்தில் வாழும் பெண்டிருள் மிக அழகு யாரெனக் கேட்டால் இந்த வயநாட்டுக்காரியையே கைகாட்ட முடிகிறது.

அப்படியானவருடன் தினமொரு இனிப்புத் தின்பண்டத்தை ஒப்பீடு செய்து அக்டோபர் 2019 தொடங்கி ஜனவரி 2020 வரை சரியாக 100 நாட்கள் ஃபேஸ்புக்கில் வெளியிட்டேன். பிள்ளை விளையாட்டாய்த் தொடங்கிய தொடர் அதன் உச்சத்தில் இருந்த சமயத்தில், அலுப்பைத் தொடாத ஒரு நிறைபுள்ளியில் நிறுத்திக் கொண்டேன். அழகை ஆராதிக்க கௌரவம் பார்த்தல் பாசாங்கு. இது ஓர் எதிர்பார்ப்பற்ற உபாசனைதான். ஆதிசங்கரர் சௌந்தர்ய லஹரியில் பராசக்தியை ஆராதித்தது மாதிரி.

#AnuSitharaSweetSeries என்ற ஹேஷ்டேகில் வெளியான இத்தொடர் எனக்கு நல்கிய அனுபவம் அலாதியானது; அரிதானது. அதற்குப் பின்னுள்ள உளவியல் சுவாரஸ்யமானது. சிலருக்கு இனிப்புப் பண்டம் பிடித்தது, சிலருக்கு உடையலங்காரம், இன்னும் சிலருக்கு அனு சித்தாராவின் மீயழகு. மேலும் சிலருக்கு ஒப்பீட்டின் ரசனையும், தொடரும் அர்ப்பணிப்பும் பிடித்தது. அரிதாய்ச் சிலர் சகிக்கவில்லை என்று சொல்லி நிறுத்தக் கோரினார்கள். சிலர் உற்சாகமாய் தாமும் களமிறங்கி ஸ்வீட் சீரிஸ் முயன்றார்கள். சிலர் பொதுவெளி பிம்பத்தின் பொருட்டு ரகசியமாய் ரசித்தார்கள். பிற்பாடு வடிவேலு ஸ்வீட் சீரிஸ் ஒன்று கண்ணில் பட்டது. ஃபேஸ்புக்காரன் எனக்கு ஸ்வீட் ஸ்டால்களைச் சிபாரிசு செய்தான்; யார் அனு சித்தாரா படம் போட்டாலும் என் பெயரை ஆட்டோடேக் செய்தான். அந்த 100 நாட்களும் என் மீது பல திசைகளிலிருந்தும் ‘அனு’தாப அலை வீசிக் கொண்டே இருந்தது எனலாம்.

“ஒரு கலைஞன், ஓர் எழுத்தாளன் இப்படி ஒரு நடிகையை ஆராதித்துக் கொண்டிருக்கலாமா? உருப்படியாய் வேறு வேலை இல்லையா? அபச்சாரம், தவறான முன்னுதாரணம்." என்றனர்

சில அக்கறையான அன்பர்கள். எம்எஃப் ஹுசைனையும், குஷ்வந்த் சிங்கையும் நினைத்துக் கொண்டேன். மிக ரசித்த எதிர்வினை மீனம்மாவுடையது: *https://www.facebook.com/meenam-makayal/posts/373569116859134*

சிலர் அனு சித்தாராவுக்குப் போடுவது போல் அந்த நடிகைக்குப் போடு, இந்த மாடலுக்கும் போடு எனக் கேட்டார்கள். இன்னும் சில தோழிகள் தங்களுக்கே இத்தகு சீரிஸ் போட்டால்தான் என்னவாம் என ஆதங்கம் கொண்டார்கள். அப்போது அவற்றுக்குப் பதிலளிக்கும் முகமாக இப்படிச் சொல்லியிருந்தேன்: “ஒவ்வொரு தெய்வத்துக்கும் ஒவ்வொரு விஷயம் உகந்தது. அதைக் கொண்டுதான் அர்ச்சிக்க வேண்டும். அதை மாற்றக்கூடாது. உதாரணமாய் சிவனுக்கு வில்வ இலை, காளிக்கு செவ்வரளி, பிள்ளையாருக்கு அருகம்புல். அதை மாற்றி சிவனுக்கு அருகம்புல் கொண்டு பூஜிக்கக்கூடாது, பிள்ளையாருக்கு செவ்வரளி மாலை சாற்றக்கூடாது. அப்படித்தான் அனு சித்தாராவுக்கென ஸ்வீட் சீரிஸ் அமைந்து விட்டது. அதை இன்னொருவருக்கு நீட்டிக்கக்கூடாது. செய்தால் அது ஆகம விதிகளை மீறியதாகிவிடும். வரலாறு நம்மை மன்னிக்காது. ஆனாலும் பொன் வைக்கும் இடத்தில் பூ வைப்பது போல், ஒரு காரம் சீரிஸோ, சூப் சீரிஸோ அவரவர் வசதிக்கேற்பச் செய்யலாம்.”

ஸ்வீட் சீரிஸில் படம் போட முயற்சிப்போருக்குச் சில விதிமுறைகளைப் பின்பற்றச் சொல்லியிருந்தேன்: “1) இரண்டு படங்களுமே HD படங்களாக இருக்க வேண்டும் - குறைந்தது 1000 x 1000 ரெசலூஷனில். 2) இரண்டு படங்களிலுமே வாட்டர்மார்க் இல்லாமல் இருக்க வேண்டும் - ஓரமாய் லோகோ அல்லது புகைப்படக்காரர் பெயர் இருக்கலாம், தவறில்லை. 3) அனு சித்தாராவின் படம் எப்படியும் அழகாயத் தான் இருக்கும், அதில் ஏதும் மெனக்கெடல் அவசியமிராது. ஆனால் உணவுப் பண்டத்தின் படம் பார்த்தவுடனே ருசிக்கத் தூண்டுவதாய் இருக்க வேண்டும். 4) ஆபாச ஒப்புமைகள் கூடவே கூடாது. மாமாங்கம் போன்ற ஒரு பெரிய நடிகரின்

பட இசை வெளியீட்டு நிகழ்வுக்கே சாதாரணமாய் சுடிதார் அணிந்து பக்கத்து வீட்டுப் பெண்ணைப் போல் எளிமையாய் வந்தவர் அனு - இம்மாதிரி நிகழ்வுகள் புது திரை வாய்ப்புகள் பெற நடிகைகள் பயன்படுத்திக்கொள்பவை என்பதை நினைவில் கொள்ளவும். 5) வெறும் ஆடையின் நிற ஒற்றுமை தாண்டி இரண்டும் ஒன்று என்று ஆழ்மனதில் திருப்தியெழ வேண்டும். சதா தியானிப்பதன் மூலமும் தொடர்பயிற்சியின் வழியாகவும்தான் அது சாத்தியப்படும். தமிழ்ச் சூழலில் இது ஒரு முன்னோடியான open source முயற்சி. ஊர்கூடித் தேர் இழுப்போம். தேரை இழுத்துத் தெருவில் விடாமல் முயற்சிப்போம்." இவ்விதிமுறைகளை மிகப் பெரும்பாலும் நானும் ஒழுக்கமாய்க் கடைப்பிடித்தேன். (ஆபாசப் பார்வை பற்றிய ஒரு நிரூபணம்: 46ம் நாளின் படத்தில் அந்தக் கண்ணாடி பிம்பத்தை நண்பர்கள் சொல்லும் வரை நான் கவனிக்கவில்லை.)

மெட்டுக்குப் பாட்டா அல்லது பாட்டுக்கு மெட்டா என இசையமைப்பாளரைக் கேட்பது போல் அனு சித்தாராவின் படத்துக்கு ஈடான தின்பண்டத்தின் படத்தைத் தேடிப் போடுகிறேனா அல்லது பண்டத்துக்கு இணையான அனுவின் படமா என ஆர்வலர்கள் வினவினார்கள். இரண்டும்தான். அது அந்தந்த நாளின் 'அனு'க்ரஹம்! (இது தொடர்பான என் ஷ்ருதி டிவி குறும்பேட்டி ஒன்றுண்டு: https://www.facebook.com/100008908201177/videos/2193983744241878/)

அனு சித்தாரா ஸ்வீட் சீரிஸ் எப்போது முடியும் என அச்சத்துடன் - இரு அர்த்தத்திலும் வினவிய சில நண்பர்களிடம் வேறு யாராவது அனு சித்தாராவை விட அழகாய்த் தென்பட்டால் இத்தொடரை நிறுத்திக்கொள்ளத் திட்டம் எனச் சொல்லி வைத்திருந்தேன். நல்லவேளை, அதை நிஜமாய்க் கடைப்பிடித்திருந்தால் இப்போது வரையிலும் கூட இத்தொடரை நிறுத்தியிருக்க முடியாது!

நிச்சயம் இத்தொடரின் நோக்கம் அனு சித்தாரா என்ற நடிகையைத் தனிப்பட்டு நான் நெருங்குவதல்ல. உண்மையில்

அவருக்கு இச்செய்தி போயிருந்தால் அத்தினத்துடன் தொடரை அப்படியே நிறுத்துவதாக இருந்தேன். சரி, அப்படியெனில் இதன் மையநோக்குதான் என்ன? உண்மையில் இது ஓர் ஆட்டம். அவ்வளவுதான். இதன் சவால் சுவாரஸ்யமாக இருநதது. தன்முனைப்பைச் சீண்டுகிற உற்சாகத்தைத் தாங்கியிருநதது. மற்றபடி, இதற்கு நான் உத்தேசிக்காத சில பலன்கள் இருக்கலாம் தான். இனி புதிதாய் உருவாக்கப்பட இருக்கும் ஓர் இனிப்புப் பண்டத்துக்கு அனு சித்தாரா என்று பெயர் வைக்கலாம். அல்லது யாராவது ஒருவர் அனு சித்தாரா தீமில் ஒரு பிரம்மாண்ட இனிப்பகம் தொடங்கலாம் (குறைந்தபட்சம் தன் வழக்கமான இனிப்புக் கடைக்கு அனு சித்தாராவின் பெயரை வைக்கலாம்). பார்ப்போம், எதிர்காலம் என்ன ஆச்சரியத்தை ஒளித்து வைத்திருக்கிறதென!

இத்தொகுப்பைப் புத்தகமாக வெளியிடச் சொல்லி கேலியாகவும், நிஜமாகவும் நிறையப் பேர் சொன்னார்கள். அச்சுப் புத்தகமாக வந்தால் அழகாகத்தான் இருக்கும். வழவழ, பளபள தாளில் தரமாய் ஒரு காஃபிடேபிள் புத்தகம் போல். ஆனால் நம்மிடம் அதற்கான சந்தையில்லை என நம்புகிறேன். (எனக்கும் அது குறித்த, என் எழுத்தாள பிம்பம் சார்ந்த தனிப்பட்ட தயக்கங்கள் இருக்கின்றன.) மின்னூல் செய்யலாம். கிண்டிலில் வைத்தால் இலவசமாகத் தர முடியாது. இதை விற்றுச் சம்பாதிக்க விருப்பமில்லை. அதனால் எதிர்காலத்தில் சமயம் கிடைக்கையில் இலவச பிடிஎஃப் வெளியிடுவேன.

அதுவரை ஆறுதலாக இத் தொடர்பதிவுகளின் சுட்டிகளை இந்நன்னாளிலே இங்கு தொகுத்தளிக்கிறேன்: *http://www.writercsk.com/2020/02/blog-post.html*

(பிப்ரவரி 14, 2020)

5. நட்சத்திரமும் பட்டாம்பூச்சிகளும்

“ப்ரியங்கா மோகன் அவ்வளவு ஒண்ணும் அழகா இல்லையே?”

“டாக்டர் பாரு.”

(டாக்டர் படம் பார்த்த பின்)

“ப்ரியங்கா மோகன் அவ்வளவு ஒண்ணும் அழகா இல்லையே?”

“டாக்டர் பாரு.”

★

'ஒரு நிமிடத்தில் ப்ரியங்கா மோகனை விரும்பத் தொடங்குவது எப்படி?' என்றுதான் இந்தக் கட்டுரைக்கு முதலில் தலைப்பிட்டேன். ஆனால் ரொம்ப சுயமுன்னேற்றத்தனமாக இருந்தது என்பதாலும், கவித்துவம் ஒரு சிட்டிகை குறைகிறது என்பதாலும் மாற்றினேன். ஆனால் இலக்கு அதேதான் - ஒரு டஜன் வீடியோக்கள் வழி அவரை எல்லோருக்கும் பிடித்துப் போகச் செய்வது!

ப்ரியங்கா மோகனை முதன் முதலாக அக்டோபர் 10ம் தேதிதான் பார்த்தேன். டாக்டர் வெளியான இரண்டாம் நாள் மாலை சுமார் 7:15 மணிக்கு பிவிஆர் வேகா சிட்டி அரங்கில். *So Baby* பாடலில் டாக்டர் வருண் முதன்முதலாக பத்மினியைப் பார்க்கும்போதுதான் ரைட்டர் சிஎஸ்கேவும் முதன் முதலாக ப்ரியங்காவைப் பார்க்கிறான். முகத்தில் ஒளியும் நிழலும் விளையாட்டு நிகழ்த்தும் காவியச் சாயை நிரம்பிய நடனக் காட்சி! "தீக்குச்சி கிழித்த மின்னல்... / முகிலின் வெடிமருந்து பிளந்த இமைக்கணம்..." என்ற பிரமிள் வரிகளைத்தான் அந்தக் கணத்தை விவரிக்கத் துணைக்கழைக்க வேண்டியிருக்கிறது!

படம் முடிந்தவுடன் போட்ட முதல் ஃபேஸ்புக் ஸ்டேட்டஸ்: "கோட்டை எல்லாம் அழிங்கடா. முதல்ல இருந்து போடணும். *The name is* ப்ரியங்கா அருள்மோகன்." அங்கேதான் எல்லாம் தொடங்கியது. வெறும் நாற்பது நாட்களில் இத்தனை பிடித்துப்போவது ஆச்சரியம்தான். இத்தனைக்கும் அனு ஸிதாராவை ஏற்கெனவே உபாசனை செய்து கொண்டிருந்த சூழல். எனக்கு வெவ்வேறு கால கட்டத்தில் உலகின் உச்ச அழகிகளாகத் தோன்றியோர் எனப் பார்த்தால் நால்வரைச் சொல்ல முடிகிறது: ஐஸ்வர்யாராய் (1994 - 2007), தீபிகா படுகோனே (2008 - 2018), அனு ஸிதாரா (2019). இப்போது ப்ரியங்கா மோகன் (2021).

ப்ரியங்கா மோகனிடம் பல நடிகைகளின் சாயல் இருக்கிறது. எனக்குத் தோன்றியவர்கள்: 1) ரெஜினா கஸாண்ட்ரா 2) அஞ்சலி 3) சுனைனா 4) கீர்த்தி சுரேஷ் 5) மஹிமா நம்பியார்

6) ப்ரியா பவானிசங்கர் 7) இந்துஜா ரவிச்சந்திரன் 8) அனுஷ்கா 9) ஸ்ரீதிவ்யா 10) மஞ்சிமா மோகன் 11) அப்புறம் last but not the least - அனு ஸிதாரா. (சொல்லப்போனால் ப்ரியங்கா மோகன் என்பதே அனு ஸிதாராவின் அம்சம்தான். இந்த விதந்தோதல்கள் யாவும் மறைமுகமாக அவருக்கே போய்ச் சேருகிறது! விஷ்ணுவை மட்டுமே வணங்கும் விசுவாச வைணவர்களுக்கு ஸ்ரீகிருஷ்ணன் இஷ்டமானவனாக இருப்பதில்லையா!)

இத்தனை ரசித்ததில் கண்டறிந்தது ப்ரியங்கா மோகனுக்கு மூக்கின் நுனியில் ஒரு ரகசிய மச்சம் இருக்கிறது. முதல் பார்வைக்கும், மறுபார்வைக்கும், வெறும் பார்வைக்கும் சிக்காமல் குறிப்பிட்ட பாகையில் தலைசாய்க்கையில் மட்டுமே இயற்கை அருளால் சாத்தியமாகும் திவ்யதரிசனம்!

அவருடையது ஒரு முதிர்ந்த சிறுமியின் உடல்மொழி. பதின்மத்தில் நமக்கெல்லாம் கற்பனையில் ஒரு காதலி இருந்திருப்பாளே, அப்பெண் நம் மனதிலிருந்து உயிர்பெற்றெழுந்து வந்து நம் முன் நின்றால், அதுதான் ப்ரியங்கா மோகன். சற்றுமுன் மலர்ந்த பூவில், விடியலின் சிறுபனித் துளிகள் சில படர்ந்தது போல அத்தனை புதியதான, பரிசுத்தமான முகம்! எவ்வளவு பார்த்தாலும் தீராத, திகட்டாத வதனம்!

இதற்கான என் நன்றியுணர்வின் காரணமான சிறு எதிர்வினைதான் ஃபேஸ்புக்கில் தினம் போடும் #TheMost-BeautifulGirl தொடர். இன்று பலரும் அதில் பங்கேற்கிறார்கள். அது அழகைக் கொண்டாடும் ஒரு திருவிழா. ஊர்கூடித் தேரிழுத்தல். தேரில் இருப்பது ப்ரியங்கா மோகன். தேர் தமிழ்ப் புத்தகங்கள்!

அவர் கழுத்தின் பக்கவாட்டுக்கும் காதுக்கும் இடையேயான பிரதேசத்தில் மூன்று பட்டாம்பூச்சிகளை டாட்டூ குத்தியிருக்கிறார். அவர் இதுகாறும் படங்களில் ஏற்ற பாத்திரங்களில் எல்லாம் அப்படியான ஒரு சிறகடிப்புத்தனம் இருக்கிறது. தனித்துவமான நட்சத்திரமான அவரை அந்த அழகிய டாட்டூவுடன் காணும்

போது வண்ணத்துப்பூச்சிகளின் மூன்று குணங்கள் நினைவு வருகின்றன - அழகு, நளினம், மென்மை. பல பண்டைய கலாசாரங்களிலும் வண்ணத்துப்பூச்சி என்பது ஆன்மாவின் குறியீடு. அவரது கோடிக்கணக்கான விசுவாச ரசிகர்களின் ஆன்மா அவரிடத்தே பறப்பதாகவும் கருதலாம்.

ப்ரியங்கா மோகன் இன்று 27 வயது பூர்த்தி செய்கிறார். அன்னை கன்னடம், தகப்பன் தமிழ். எங்களூர் பெங்களூரில் பொறியியல் படித்திருக்கிறார். அவரது அழகின் தகுதிக்கேற்ற உயரத்தை, புகழை இன்னும் அடையவில்லை என்றே சொல்வேன். சமூக வலைதளங்களில் அவர் மிகக் குறைச்சலாகப் புழங்குவதும், ஃபோட்டோஷூட்கள் அதிகம் நிகழ்த்தாததும்தான் காரணம் எனத் தோன்றுகிறது.

விரைந்து அவற்றை நிவர்த்தி செய்து வெல்ல வாழ்த்துகள். அழகும் வளமும் பல்கிப் பெருகட்டும்!

https://www.instagram.com/priyankaamohanofficial

https://twitter.com/priyankaamohan

★

நானறிந்த வரை ப்ரியங்காவின் முதல் ஒளி ஊடக அறிமுகம் சென்னையில் இருக்கும் *MANAM* என்ற ஜவுளிக் கடையின் தொலைக்காட்சி விளம்பரம்தான். செப்டெம்பர் 2018ல் வெளியாகி இருக்கிறது. அதிலேயே பிரமாதமாக இருக்கிறார்! அதில் வரும் வசனம் ஒன்று: "கல்யாணப் பொண்ணு ராணி மாதிரி இருக்க வேணாம்?" (இதில் முன்னாள் பாரதி கண்ணம்மா ரோஷினியும் ஓரமாக வருகிறார்.)

https://www.youtube.com/watch?v=3OeBgldoTl0

ப்ரியங்கா மோகன் நடித்த முதல் படம் *Ondh Kathe Hella*வில் (கன்னடம்) மார்ச் 2019ல் வெளியானது. கிரிஷ் ஜி என்ற புதியவர் இயக்கியது. அமானுஷ்யப் படம். சின்ன பட்ஜெட். எல்லோருமே புதுமுகங்கள். ப்ரியங்காவுக்கு எந்தத் தனித்துவமும்

இல்லாத பாத்திரம். அழகு, முகபாவம் என எதற்கும் வாய்ப்பற்ற படம். மொத்தமாகவே இரண்டு காஸ்ட்யூம்கள். சொந்தக் குரலும் இல்லை. ஆவியை அண்ணாவென விளித்துக் கெஞ்சும் இறுதிக் காட்சியின் ஒரு துளி தவிர படத்தில் வேறெங்கும் ப்ரியங்கா மோகனின் ஆளுமை வெளிப்படவில்லை. அவரே மறக்க விரும்பும் படமாக இது இருக்கலாம். நாமும் மறப்போம்.

ப்ரியங்காவின் இரண்டாவது படமாகவும் தெலுங்கில் முதல் படமாகவும் அமைந்தது *Nani's Gang Leader*. 2019 செப்டெம்பரில் வெளியானது. யாவரும் நலம், 24 ஆகிய படங்களை இயக்கிய விக்ரம் குமார் எடுத்தது. நானி நாயகன். பெரும்பாலும் சுவாரஸ்யமான படமே. பழிவாங்கும் கதை. டாக்டர் போன்ற கதைச் சூழல்தான். எனவே இதிலும் அழகு டாலாகவே ப்ரியங்கா வருகிறார். இதிலும் மக்கு போல் காட்டுகிறார்கள். ஒரு காட்சியில் வீடியோ கட்டுப்பாட்டு அறையில் நானியிடம் டாடி - மம்மி எனச் சொல்லி ஒரு முகபாவம் காட்டுவார் - இணையற்ற கலாபூர்வ உச்சம்! அதேபோல் நானியிடம் சட்டை பொத்தானை நெகிழ்த்தச் சொல்லும் காட்சியில் அவர் பார்க்கும் வசீகரப் பார்வை, அடடா!

இந்தப் படத்திற்கு இசை அநிருத். *Ninnu Chuse Anandamlo* என்ற ரொமான்ஸ் *montage* பாடல் இது.

https://www.youtube.com/watch?v=QlFwVjhllzQ

அடுத்தது *Hoyna Hoyna* பாடல். அன்பிற்கான *montage* என்றாலும் இதிலும் ரொமான்ஸ் உண்டு.

https://www.youtube.com/watch?v=91EzD9VgwGk

கடைசியாக *Ra Ra* என்கிற எழுச்சிப் பாடல். (இதில் குறைந்த நேரமே ப்ரியங்கா வருவார்.)

https://www.youtube.com/watch?v=cZzxKoDr3Mc

ப்ரியங்கா நடிப்பில் வெளியான மூன்றாவது படம் *Sree-karam* (தெலுங்கு). மார்ச் 2021ல் வெளியானது. கிஷோர் பி

என்ற புதியவர் இயக்கி இருக்கிறார். நாயகன் சர்வானந்த் (எங்கேயும் எப்போதும் படத்தில் வந்தவர்). பசுமை விகடன் பாணி விவசாயக் கதை. சுமாரான படம். ப்ரியங்கா நடித்ததில் இதில்தான் *screen time* அதிகம். அதனாலேயே கொண்டாட்டத்துக்கு உரியதாகிறது. வழமை போலவே மெழுகு பொம்மை! மிகச் சிறிய பருக்களும் அழகூட்டவே செய்கின்றன. மற்ற படங்கள் போல் இதில் அவர் அழகான முட்டாள் அல்ல. ஆனால் அதைவிடக் கொடுமை ப்ரியங்கா சர்வானந்தைக் காதலிக்கக் கோரி பின்னால் நச்சரித்துக்கொண்டு சுற்றுவதுதான். படம் என்றாலும் ஒரு நியாயம் வேண்டாமா?

இதில் வரும் ரொமான்ஸ் பாடல் *Bhalegundi Baalaa*. ஒரு முரட்டுக் குழந்தையின் புன்னகை மாதிரி அழகு!

https://www.youtube.com/watch?v=YOgx7hmoTfw

Hey Abbayi என்பது இதில் வரும் *stalking* பாடல். ப்ரியங்காவை அதீத உற்சாகத்துடன் காட்டிய பாடல்.

https://www.youtube.com/watch?v=bGSerzhd3QA

இப்படத்தின் எழுச்சிப் பாடல் இது *(Title Track)*. இடையிடையே சில காட்சிகளில் மட்டும் வருவார்.

https://www.youtube.com/watch?v=OYlTL9ELLtE

அடுத்தது சென்ற மாதத்தில் டாக்டர் வெளியானது. சிவகார்த்திகேயன் நாயகன். நெல்சன் திலீப்குமார் இயக்கம். டார்க் ஹ்யூமர் வகை குற்றவியல் கதை. ப்ரியங்கா மோகனை மிக ரசிக்க முடிந்த படம். (ஆனால் அவசியமின்றி அவரது பாத்திரம் முட்டாள் என்பது திரும்பத் திரும்பச் சொல்லப்படுகிறது.) ப்ரியங்கா மோகனின் தனித்துவம் டாக்டர் படத்தை நான்காம் முறை பார்க்கும் போதும் முதல் முறை பார்த்தது போன்ற அதே பரவசத்தையும் புல்லரிப்பையும் ஏற்படுத்தியதுதான். அவரது இருப்பால் ஒரு *Fairy Tale*-ஐ லாஜிக் பார்க்காமல் ரசிப்பது போல் டாக்டர் படத்துடன் நம்மால் ஒன்ற முடிகிறது.

இப்படத்தின் So Baby பாடல் அழகை அணுஅணுவாய் ஆராதிக்கும் கலாரசனை! தமிழ் சினிமாவில் இத்தனை அழகான கதாநாயகி அறிமுகப் பாடல் வேறேதும் இருக்கிறதா எனத் தெரியவில்லை. அழகாய் இருப்பதாகச் சொன்னதும் பொதுவாக இளித்து அந்தப் புகழ்ச்சியைச் சற்றே மங்கச் செய்வதே பெண்டிர் வழக்கு. ஆனால் இப்பாடலில் சிவகார்த்திகேயன் "But you look beautiful" என்றதும் "Thank you" என்று சொல்லிவிட்டு அரைக் கணம் இடைவெளி விட்டு மெல்லத் தலையசைக்கிறார் ப்ரியங்கா மோகன். உடனே அப்புகழ்ச்சி போதாமல் போன குற்ற உணர்வில் நம் மனம் துணுக்குறுகிறது.

https://www.youtube.com/watch?v=UgjtxhV08Ao

அடுத்து பெரிய ஹிட் அடித்த செல்லம்மா பாடல். எனக்குப் பாடல் பெரிய உவப்பில்லை என்றாலும் அழகு டாலுக்காகப் பார்க்கலாம். குழந்தைமையும் குமரித்தன்மையும் பிணையும் சூட்சமப் புள்ளி.

https://www.youtube.com/watch?v=DV7nV9W7y-0

அடுத்து டாக்டர் படப் பாடல் வெளியீட்டு நிகழ்வில் இதே செல்லம்மா பாடலின் வீடியோவை முதல் முறை பார்க்கும் போது ப்ரியங்காவின் முகபாவங்கள் - எனக்கு அசல் பாடலின் வீடியோவை விடவும் இதுவே மிகப் பிடித்தது. இதில் புன்னகை செய்வதுபோல் பாவனை செய்து விட்டு அதை முழுக்க நிறைவேற்றாமல் ஏமாற்றுவார் - லேசாக இதழ்கள் விரிப்பது போல் வந்து போக்குக் காட்டிவிட்டு மலராத ஒரு சன்னப் பூவின் கள்ளத்தனக் கவித்துவம் போல! (மொபைல் எனில் *portrait*-ல் பார்க்கவும்.)

https://www.youtube.com/watch?v=WcKu0KF_bjE

நெஞ்சமே நெஞ்சமே பாடல் படத்தில் குழந்தையைத் தேடும் *montage* பாடலாக வருகிறது. (ஆனால் வரிகளைக் கொண்டு பார்க்கும்போது அது பிரிவுத் துயர் அல்லது காதல் தோல்விப் பாடல்தான். அனேகமாக சிவகார்த்திகேயனை ப்ரியங்கா

மறுத்தபின் வரும் பாடலாக இருந்திருக்கக்கூடும்.) இதன் சிறப்பு அழுகையிலும் அழகாக இருப்பது எப்படி என்று பாடம் நடத்தியிருப்பார் ப்ரியங்கா!

https://www.youtube.com/watch?v=9bSTomC5H84

டாக்டர் படத்தில் சிவகார்த்திகேயன் வேண்டாம் என ப்ரியங்கா மோகன் மறுத்துப் பேசும் காட்சிகள். அவரது உச்சப் பங்களிப்பு என அதையே சொல்லத் தோன்றுகிறது. அதன் ஒரு பகுதி வீடியோ மட்டும் இதில். (ப்ரியங்கா மோகன் இப்படிச் சொன்னால் இறந்த ஒருவன் உயிரோடு எழுந்து வரக்கூடும்.)

https://www.youtube.com/watch?v=OYLOQxcWwzE

இந்தத் தருணத்தில் பிகே வர்மா, கீர்த்தன் பூஜாரி, மிரொஸ்லா கூபா ப்ரோஸெக், ஜெ யுவராஜ், விஜய் கார்த்திக் கண்ணன், கேஎம் பாஸ்கரன், ஆர் ரத்னவேலு ஆகியோருக்கு நன்றி - ஒளிப்பதிவாளர்கள் கண்கள் வழியேதான் நாம் ப்ரியங்கா மோகனின் பேரழகை ரசித்துக்கொண்டிருக்கிறோம்.

★

அடுத்து ப்ரியங்கா மோகன் நடிப்பில் மீண்டும் சிவகார்த்திகேயனுடன் டான் படம் (இயக்கம் சிபி சக்ரவர்த்தி), சூர்யாவுடன் எதற்கும் துணிந்தவன் (இயக்கம் பாண்டிராஜ்) ஆகிய படங்கள் வெளியாக இருக்கின்றன. அடுத்து விஜய், அஜித், ஷங்கர், மணிரத்னம் என மேலேறுவார் என்பதில் ஐயமில்லை.

அதுபோக டிக்டாக் என்றொரு பழைய படத்தைத் தூசு தட்டுகிறார்கள் போலிருக்கிறது. மதன குமார் என்பவர் இயக்கம். (அதில் ப்ரியங்கா சற்றே தாராளமாக நடித்திருப்பதாகவும் இப்போது டாக்டர் தந்த வெளிச்சத்தால் அதை வெளியிட முயற்சிப்பதாகவும் ப்ரியங்கா தடுக்கப் போராடுவதாகவும் கிசுகிசு. ஆனால் ட்ரெய்லரை (*https://www.youtube.com/watch?v=AuPQIZiP7jw*) வைத்துப் பார்த்தால் ப்ரியங்கா ஏதும்

ஆபாசமாக நடித்திருப்பது போல் எனக்குத் தெரியவில்லை; இன்னொரு நடிகைதான் அவ்வாறு வருகிறார். இவர்கள் சும்மா ஊகத்தில் உளறிக்கொண்டிருக்கிறார்கள். தவிர, எனக்கு ஒன்று புரியவில்லை. என்ன மாதிரி நடித்தாலும் நமது மெழுகு டாலை ஒருவர் தவறாகவே பார்க்க முடியாது. அப்படி இருக்க எந்தப் படம் வந்தால் என்ன!)

அவரது அப்பா அருள்மோகனுக்கும் நமக்குப் பெயர் தெரியாத அம்மாவுக்கும் அன்பு. அதிதியாக, ப்ரியாவாக, சைத்ராவாக, பத்மினியாக இன்னும் நூறு பாத்திரங்களாக இவ்வையத்தை உய்விக்க வாழ்த்துகள்! பட்டாம்பூச்சிகள் சிறகடித்துப் பறக்கட்டும். வானை முட்டி நட்சத்திரம் தொடட்டும்.

(நவம்பர் 20, 2021)

௬. நிகழ மறுக்கும் அற்புதம்

"Being sexy comes from confidence and accepting your body and mind as a woman."

- Shruthi Haasan (in an interview to The Times of India, February 4, 2014)

இன்று திகதி ஜனவரி 28. ஷ்ருதி ஹாசனின் பிறந்த நாள். ('ஷ்ருதி'யை 'ஸ்ருதி' என்றுதான் எழுதிக்கொண்டிருந்தேன், சமீபத்தில் அவர் தன் முதுகில் ஷ்ருதி எனப் பச்சை குத்திக் கொண்டிருக்கும் படத்தைப் பார்க்கும் வரை.)

கடந்த ஐந்தாண்டுகளுக்கு மேலாக அவர் எனக்குப் பிடித்தமான நடிகை. (3 என்ற ஒரு படம் தவிர்த்து வேறு படங்களில் அவர் தன் நடிப்புத் திறனை அவ்வளவாய் வெளிப்படுத்தியதில்லை என்பதால், இங்கே நடிகை என்ற இந்தச் சொல்லைப் பயன்படுத்துவது சற்று நெருடலாகத் தான் இருக்கிறது. ஆனால் இன்றைய தமிழ், தெலுங்கு மற்றும் இந்தி வெகுஜனத் திரைப்படங்களின் நடிகைகளோடு ஒப்பிடுகையில் எவ்வகையிலும் குறைவில்லை என்பதால் அதைத் தொடர்கிறேன்)

ஷ்ருதியின் வாழ்க்கையைத் திருப்பிப் பார்த்தால் எல்லாமே மோதிரக் கை குட்டுக்கள். ஆறு வயதில் முதல் பாடலே இளையராஜாவிடம் (தேவர் மகன் - போற்றிப் பாடடி பொண்ணே...) அப்புறம் யுவதியான பின்னும் முதல் பாடல் அவரிடமே (ஹே ராம் - ராம் ராம் & என் மன வானில் - ரோட்டோரப் பாட்டுச் சத்தம்...) ஷ்ருதியின் முதல் ஆல்பமான உன்னைப் போல் ஒருவனை வெளியிட்டதும் இளையராஜா தான் ("பெயரிலேயே ஷ்ருதி இருக்கிறதே! இசை எப்படி வராமல் போகும்?" என்று அந்த விழாவில் ராஜா பேசிய நினைவு). இப்போது சமீபத்தில், 'ஆசையைக் காத்துல தூது விட்டு... பாடலை Shamitabh படத்தில் Stereophonic Sannata பாடலாக மறு ஆக்கம் செய்தபோது ராஜா அழைத்தது ஷ்ருதியைத்தான்!

Luck தான் நான் பார்த்த முதல் ஷ்ருதி ஹாசன் படம் (பெயர் பொருத்தம் கனகச்சிதம் அல்லவா!). ஹே ராமிலேயே அவர் ஓர் ஓரமாய் நடித்திருக்கிறார் என்றாலும் அதெல்லாம் அப்போது தெரியாது. அப்போது Luck படத்தைப் பார்க்க ஷ்ருதியைத் தவிர வேறு காரணம் இருக்கவில்லை. அதற்குச் சில காலம் முன் வாரணம் ஆயிரம் வெளியாகி இருந்தது.

அதில் அடியே கொல்லுதே... பாடலைச் சிறப்பாகப் பாடி இருந்தார். அது ஒரு காரணம் (அந்தாண்டு என் திரைப்பட விருதுகளில் சிறந்த பின்னணிப் பாடகிக்கான விருதினை அதற்கே கொடுத்திருந்தேன்). இன்னொரு காரணம் என் ஆதர்சமான கமல் ஹாசன் மகள் என்பது. ஒருமாதிரி நம்ம(வர்) வீட்டுப் பெண் *feel*.

கதாநாயகியாய் அறிமுகமான முதல் படத்திலேயே நீச்சல் குளத்திலிருந்து எழுந்து நடந்துவரும் பிகினி காட்சி. அது தவிர அந்தப் படத்தில் நடிப்பில் சொல்லிக்கொள்ளும்படி ஒன்றும் இருந்ததாய் நினைவில்லை. ஆனால், அதைவிட முக்கியமாய் ஒரு விஷயம் அப்படத்தில் இருந்தது. *Aazma - Luck Is The Key* பாடல். படத்தின் தீம் போல் ஆங்காங்கே வரும் அந்த ஐந்தரை நிமிடப் பாடலைப் பாடி இருந்தார் ஷ்ருதி. சலீம் - சுலைமான் இசையில் அது ஓர் அசத்தலான பாடல் (கொஞ்சம் காலம் அதை என் ஹலோ ட்யூனாக வைத்திருந்தேன், குரலுக்காகவும் இசைக்காகவும். இதுகாறும் நான் வைத்திருந்த ஒரே தமிழ் அல்லாத காலர் ட்யூன் அதுவே!) அதன் வீடியோவில் ஷ்ருதி ஹாசன் பாடி ஆடி இருப்பார். படத்தில் வந்த அந்த பிகினி காட்சியை விட இந்தப் பாடலில் தான் அவர் செக்ஸியாய் இருந்ததாய்ப்பட்டது எனக்கு.

அடுத்தது உன்னைப் போல் ஒருவன் இசை. அது ஓர் அற்புதம். கிட்டத்தட்ட எல்லாப் பாடல்களுமே அருமை. ஆல்பத்தின் ஒரு பாடலைக் கொண்டு உருவாக்கப்பட்ட ப்ரோமோ வீடியோவிலும் (இயக்கம் அக்ஷரா ஹாசன் என்றார்கள்!) பிரபல ராப் பாடகர் ப்ளாஸே உடன் இணைந்து அவர் பங்களித்திருந்தார். நடனம் இல்லை எனிலும் அது வசீகரமாகவே இருந்தது.

அந்த 2008 - 2009 காலகட்டத்திலேயே இயல்பாய் தன் அடையாளம் இன்னதென அழுத்தமாக முத்திரை பதித்து விட்டார். இசையமைப்பாளர், பாடகி, நர்த்தகி, நடிகை, அழகி. இந்தியப் பெண்களில் மிகத் தனித்துவமான ஒரு கலவை. பஞ்ச

கலவை. அவரது தந்தையே தசாவதாரம் திரைப்படத்தில் எழுதிய ஒரு வசனத்தில் வருவது போல் அழகிய சிங்கர்!

அதற்குப் பிறகு ஐந்தாண்டுகள் ஓடிவிட்டது. இசையமைத்து, பாடி, ஆடி / நடித்து பாப் வீடியோ ஆல்பங்கள் வெளியிடும் திறமை அத்தனையும் ஒருங்கே அமைந்திருந்தும் இன்றுவரை அவர் அதைச் செயல்படுத்தவில்லை. தெலுங்கு மசாலாப் படங்களிலும், இரண்டாம் நிலை இந்தித் திரைப்படங்களிலும் நடித்துக்கொண்டிருக்கிறார். அவற்றில் அவரது பங்களிப்பு என்பது வெறும் உடலை மட்டும் பிரதானப்படுத்திய கவர்ச்சி நடனங்களாகவே இருக்கிறது. அல்லது சாதாரண நடிப்பு.

இந்த ஐந்தாண்டுகளில் அவரது சிறப்பான நடிப்புப் பங்களிப்பென 3 திரைப்படத்தை மட்டுமே குறிப்பிட முடியும் (அந்த ஆண்டின் சிறந்த நடிகை விருதை அவருக்குக் கொடுத்திருந்தேன்). அவரது நடிப்பு சிலாகிக்கப்படும் D-Day படம் இன்னும் பார்க்கவில்லை. பார்த்த வரை 7-ஆம் அறிவு, பூஜை எல்லாமே ஒரு நடிகையாய் அவர் மீதான எதிர்மறை விமர்சனங்களையே வெளிக்கொணர்ந்தன. தமிழ் உச்சரிப்பு சரிப்படவில்லை. இந்தியிலும் தெலுங்கிலும் ஓரளவு நன்றாகவோ டப்பிங் வைத்தோ சமாளித்துக் கொண்டிருக்கக்கூடும். ஆனால் இதெல்லாம் எதற்கு?

சாரு நிவேதிதா ஒருமுறை கமல் ஹாசனை நிகழ மறுத்த அற்புதம் என்றார். ஷ்ருதி ஹாசன் நிகழ மறுக்கும் அற்புதம்.

ஒரு வசீகரமான பாப் பாடகி உருவாவதை ஓர் அமெச்சூர் நடிகை அழித்துக் கொண்டிருக்கிறார். இந்தி, தெலுங்கு, தமிழ் எனச் செழித்த வுட்களில் நடித்தால் பணம் கொழிக்கும். காற்றுள்ள போதே தூற்றிக்கொள்வது நல்லதுதான். நடிகைகள் இளமையை முதலீடு செய்தால் மட்டுமே சம்பாதிக்க இயலும். எல்லாம் சரிதான். ஆனால் ஷ்ருதி ஹாசன் என்பவரின் தனித்துவம்? அடையாளம்? சுயம்? நாளை வரலாற்றில் என்னவாக இடம்பெறப் போகிறார் ஷ்ருதி? பத்தோடு ஒன்று பதினொன்றாக இருக்கும் நடிகையாகவா? அல்லது இந்தியாவின்

முதல் வெற்றிகரமான பாப் பாடகி என்கிற அந்தஸ்தா?

இந்தியாவில் தனி ஆல்பம் என்கிற விஷயம் வெற்றிகரம் இல்லை. பெரும் ஜாம்பவான்களான இளையராஜா, ரஹ்மான் போன்றவர்கள் கூட, அரிதாக முயற்சிக்கும் விஷயமாகவே ஆல்பங்கள் இருக்கின்றன. ஆனால், அவர்களிடமெல்லாம் இல்லாத ஒரு விஷயம் ஷ்ருதி ஹாசனிடம் இருக்கிறது. பெண் என்கிற கவர்ச்சி. அவரால் ஆடிப் பாடி ஒரு வீடியோ ஆல்பத்தில் நடிக்க முடியும். அதன் மூலமாக பாப் ஆல்பம் என்ற துறையையே இந்தியாவில் உருவாக்கிக்காட்ட இயலும்.

சேத்தன் பகத் வெகுஜன இந்திய ஆங்கில எழுத்துககுப் புத்துயிர் அளித்ததைப் போல்தான் இது. ஷ்ருதி ஹாசன் இதில் வெற்றியைக் காட்டி விட்டால் பின்னணி இல்லாத பலரும் இதைத் தொடர்ந்து எடுத்துச் செல்ல முடியும். அப்படி ஒரு புது சரித்திரத்தையே உருவாக்கும் *potential* இதில் உண்டு. *Why This Kolaveri Di* பாடல் போல் இந்திய பாப் பாடல்களை வைரல் ஆக்கலாம். (ஷ்ருதி அந்த வீடியோவில் இருந்ததே அதன் வெற்றிக்குக் காரணம் என ஒரு தியரி வைத்திருக்கிறேன்!)

இங்கே ஏற்கனவே பாப் துறையில் இருந்தவர்கள் அவ்வளவாய் சாதிக்க முடியவில்லை. அலீஷா, ராகேஸ்வரி, சுசித்ரா கிருஷ்ணமூர்த்தி, வசுந்தரா தாஸ் போன்றவர்கள் உதாரணம் (தற்போது நோரா ஜோன்ஸ் வெற்றிகரம்தான் என்றாலும் அவரை இந்தியராகப் பார்க்க முடியவில்லை). அந்த வெற்றிடத்தைத்தான் ஷ்ருதி ஹாசன் நிரப்ப முடியும் என்கிறேன்.

ஷ்ருதி ஹாசன் சாதாரணப் பின்னணியிலிருந்து வந்திருந்தால் இதெல்லாம் சிரமமாய் இருக்கலாம். ஆனால் அவர், கமல் ஹாசனின் மகள். தமிழ், தெலுங்கு, இந்தி மூன்று திரைப்பட உலகங்களிலும் ஐந்தாண்டுகளுக்கு மேல் வெற்றிகரமாய் இருந்து விட்டவர். இந்த இரண்டு விஷயங்களும் அவருக்கு ஏகப்பட்ட வலுவான தொடர்புகளை அளித்திருக்கும். அவற்றைப் பயன்படுத்தி இதைச் சாத்தியமாக்க முடியும். இடையில் தடை நிற்பது ஆர்வமும் முயற்சியும் மட்டுமே.

தம் தாயின் மணவாழ்க்கை முறிவுக்குப் பின் அவர் நடித்துப் பொருளீட்டி வாழ வேண்டி இருப்பது, விஸ்வரூபம் பிரச்சினையின்போது, தன் தந்தை, வீட்டை விற்க வேண்டிய நிலை இருந்தது ஆகியவற்றை எல்லாம் உடனிருந்து பார்த்தவர் என்ற அனுபவங்களின் அடிப்படையில் ஷ்ருதிக்கு பணம் என்பது முக்கிய விஷயமாகத் தென்படலாம். ஓர் எல்லை வரை அதை மறுப்பதற்கும் இல்லை. அதனால் நடிப்பைக் கைவிட வேண்டியதே இல்லை. ஆனால் அதுபோக தன் அடையாளத்தைத் தக்கவைத்துக் கொள்ள, ஆண்டுக்கு ஓர் ஆல்பம் என்ற ரீதியிலாவது இதனை முயற்சிக்கலாம்.

இன்று அவருக்கு 29 வயது பூர்த்தியாகிறது. வாழ்த்துகள். ஆரோக்கியம், மகிழ்ச்சி, நிம்மதியுடன் நூற்றாண்டு வாழ்க!

இந்தியர்கள் பொதுவாய் 40 வயதடைந்த பெண்களை உடல் ரீதியாய் ரசிப்பதில்லை. டிவி சீரியல்களுக்கோ தொழிலதிபர் மனைவிக்கோ சிபாரிசு செய்து விடுகிறார்கள். அந்த வகையில் ஷ்ருதிக்கு இன்னும் ஒரு தசாப்தமே மிச்சமிருக்கிறது. அதற்குள் அவரது தனித்துவத்தை அவர் எழுதியாக வேண்டும். நாளை தன் கலைப்பாதையைத் திரும்பிப் பார்க்கையில் சுயதிருப்தி வேண்டாமா! (இக்கட்டுரையை தமிழ், ஆங்கிலம் தெரிந்த எவரேனும் அவருக்குப் பெயர்த்துச் சொல்லுங்கள்).

மடோன்னா, ஷகிரா, ப்ரிட்னி ஸ்பியர்ஸ், லேடி காகா, கேட்டி பெர்ரி, செலீனா கோம்ஸ், அடிலே, ரிஹான்னா, ஜெனிஃபர் லோபஸ், நோரா ஜோன்ஸ் போல் ஷ்ருதி ஹாசனும் பாப் இசைத் துறையில் சர்வதேச அளவில் புகழ் பெற வேண்டும். ஃபிலிம்பேர் விருதுகளுடன் க்ராம்மி விருதுகளையும் ஷ்ருதி ஹாசன் அள்ளிக் குவிக்க வேண்டும் என்பதே என் அவா.

ஷ்ருதி ஹாசன் பாடிய சில பாடல்கள்:

1. *ராம் ராம் (ஹே ராம்)*
2. *ரோட்டோரம் (என் மன வானில்)*
3. *அடியே கொல்லுதே (வாரணம் ஆயிரம்)*

4. *எவன் இவன் (உதயன்)*
5. *ஏலேலமா (7 ஆம் அறிவு)*
6. *சொக்குப் பொடி (முப்பொழுதும் உன் கற்பனைகள்)*
7. *கண்ணழகா (3)*
8. *Shut Up Your Mouth (என்னமோ ஏதோ)*
9. *உன் விழிகளில் (மான் கராத்தே)*
10. *Stereophonic Sannata (Shamitabh)*

ஷ்ருதி ஹாசன் நடனமாடிய சில பாடல்கள்:

1. *Pathikella Sundhari (Balupu) - https://www.youtube.com/watch?v=nCRFg-Xhao4*
2. *Cinema Choopistha Mava (Race Gurram) - https://www.youtube.com/watch?v=qu4KveqCbec*
3. *Pimple Dimple (Yevadu) - https://www.youtube.com/watch?v=T_wE9J9hFUE*
4. *Junction Lo (Aagadu) - https://www.youtube.com/watch?v=y6P-iT1wgWwc*
5. *Madamiyan (Tevar) - https://www.youtube.com/watch?v=6E9wB-Fl5o-c*

(ஜனவரி 28, 2015)

பின்னிணைப்பு 1:

அழகான இசை

இளையராஜா உட்பட யாருடைய இசை ஆல்பத்துக்கும் இதுவரை நான் விமர்சனம் எழுதியதில்லை (முன்பு இந்தி கஜினி பாடல்கள் பற்றி எழுதியது கூட *rediff.com*ல் அதற்கு ஐந்து ஸ்டார்கள் கொடுத்த அநியாயத்தைப் பொறுக்க முடியாமல்தான்). ஸ்ருதிஹாசன் இசையமைப்பாளராய்

அறிமுகமாகும் உன்னைப் போல் ஒருவன் படப் பாடல்களுக்கு இப்போது எழுதிக்கொண்டிருப்பதுதான் முதல் முறையாக அத்தகையதொரு முயற்சி.

1. நிலை வருமா - பாம்பே ஜெயஸ்ரீ மற்றும் கமல்ஹாசன் குரலில் இதமாய் வழியும் இப்பாடல்தான் ஸ்ருதிஹாசன் என்கிற இசையமைப்பாளரிடம் நம்மை நிறைய எதிர்பார்க்க வைக்கிறது.

2. அல்லா ஜானே - இஸ்லாமிய சங்கீத முலாம் பூசப்பட்டு கமல்ஹாசன் கொஞ்சம் வித்தியாசமாகக் குரலை மாற்றி முயற்சித்திருக்கும் பாடல் இது. நன்றாகத்தான் இருக்கிறது. *Convincing.*

3. வானம் எல்லை - ஸ்ருதிஹாசனின் குரலில் வரும் ஆரம்ப தமிழ் வரிகளுக்கான இசை மட்டும் அற்புதம். மற்றபடி *Blaaze* இடம் காணப்படும் அதே வழக்கமான பாலிவுட் பாணி இரைச்சல்.

4. உன்னைப்போல் ஒருவன் - அக்ஷரா, ஸ்ருதி, சுப்புலக்ஷ்மி (கௌதமியின் மகள்) மற்றும் சிலர் பாடியிருக்கும் *title song* ஆன இப்பாடலிலும் வரிகளுக்கான இசை மட்டும் நன்று. *OKish kind.*

5. அல்லா ஜானே *Remix* - ஸ்ருதிஹாசனின் குரல். ச்சும்மா, கணக்குக்கு.

ஆல்பத்தில் மொத்தமாயிருக்கும் ஐம்பது சொற்களினூடாக மனுஷ்யபுத்திரனைத் தேடிக்கொண்டிருக்கிறேன். மற்றபடி, தொகுப்பில் எனக்கு மிகப்பிடித்த பாடல் 'நிலை வருமா' தான். (கடந்த 48 மணி நேரங்களாக அந்தப் பாடலையே திரும்பத் திரும்பக் கேட்டுக்கொண்டிருக்கிறேன்). *I feel she has the 'spark'.*

Welcome Miss.Shruthi!

(செப்டெம்பர் 8, 2009)

பின்னிணைப்பு 2:

ஷ்ருதி ஹாசன் says "Bitch Please!"

ஷ்ருதி ஹாசன் ஒரு 147 விநாடி வீடியோவை எழுதிப் பேசி நடித்திருக்கிறார் (இயக்கம் யார்?) அதன் பெயர் Be The Bitch. ஆங்கிலத்தில் 'Bitch' என்ற சொல் பெண்களை நோக்கிய வசைச் சொல்லாகக் காலம் காலமாகப் பயன்படுத்தப்பட்டு வருகிறது (உத்தேசமாய் 15ம் நூற்றாண்டின் தொடக்கத்திலிருந்து என்கிறார்கள்). இச்சொல்லின் நேரடி மொழிபெயர்ப்பு பெட்டை நாய் என்பதுதான். (அதுவே வசைதான் என்பது வேறு விஷயம்.) ஆனால், அந்த நேரடிப் பொருள் தாண்டி அதன் பயன்பாடு வேறு மாதிரியானது. தமக்குப் பிடிக்காத பெண்களை இழிவு செய்யும் நோக்கில் திமிர் பிடித்தவள் என்ற பொருளில் அச்சொல்லைப் பயன்படுத்துவது வழக்கம். சில நேரம் அதீத காம உணர்ச்சி கொண்ட, ஒழுக்கம் தவறிய பெண் என்ற பொருளிலும் பிரயோகிப்பர். சமீப காலத்தில் இதன் பயன்பாடு அதிகரித்து வருகிறது என்பதில் வியப்பில்லை.

இப்படியான பயன்பாட்டைப் பெண்ணியவாதிகள் தொடர்ந்து எதிர்த்து வருவதும், ஒரு கட்டத்தில் அச்சொல் தங்களை இழிவுசெய்யவில்லை என்று சொல்வதும் நடந்திருக்கிறது. ஜோ ஃப்ரீமன் என்ற அமெரிக்கப் பெண்ணியவாதி The BITCH Manifesto என்ற கட்டுரை ஒன்றை 1968ல் எழுதி இருக்கிறார். அதில் Bitch என்ற சொல் பெண் முன்னேற்றத்தையே குறிக்கிறது என்கிறார். (அதை இங்கே வாசிக்கலாம்: http://www.jofreeman.com/joreen/bitch.htm.) Bitch என்ற பெயரில் பெண்ணியக் கருத்துகளைப் பேசும் காலாண்டு சஞ்சிகை அமெரிக்காவில் இருபதாண்டுகளாக வெளிவருகிறது (https://bitchmedia.org/). ஆக, பெண்ணியப் பார்வையில் Bitch என்ற வார்த்தை தங்களை அவமதிப்பதாய்க் கருதவில்லை, மாறாய் அது தங்களை வலுப்படுத்துகிறது என ஆணாதிக்கவாதிகளைப் பார்த்து நடுவிரலைக் காட்டுவது புழக்கத்தில் இருக்கும் ஒரு விஷயமே.

ஷ்ருதி ஹாசன் தன் பாணியில் அதே சங்கதியை இந்த வீடியோவில் பேசி இருக்கிறார். விரலும் குரலும் சிறப்பாகவே கொடுத்திருக்கிறார். ஆக்கமும் நன்று (குறிப்பாய் ஒளிப்பதிவு). உங்கள் குறுகிய சிந்தனைக்குள் அடங்காத, உங்களால் கையாள முடியாத பெண்களைப் பிரித்தறிய *Bitch* என்ற சொல்லைப் பயன்படுத்துகிறீர்கள் என ஆண்களைப் பார்த்துச் சொல்கிறார். அது தம்மைப் புண்படுத்துவதில்லை என்கிறார். அப்படி நினைப்பவர்களுக்கான செய்தியே இந்த வீடியோ.

Bitch என்பவள் அமைப்புக்கு எதிராய் நிற்கும் ஆசான் என்கிறார். அவள் தன் காதலைச் சொல்லத் தயங்காதவள்; தன் மனம் உடையும் என அஞ்சாதவள்; இல்லை என்பதை இல்லை என்றே நேரடியாகச் சொல்பவள் என்கிறார். இன்னொருபுறம் அவள் தான் விரும்பும் ஆடையை அணிபவள்; தனக்கான உள்ளாடைகளைத் தானே தேர்ந்தெடுப்பவள் என்கிறார்.

கடைசியாய் ஓரிடம் முக்கியமானது. *Stud* என்பதன் பெண் வடிவம்தான் *Bitch* என்கிறார். *Stud* என்றால் அழகன், வசீகரன், மன்மதத்தனங்கள் நிறைந்தவன், பெண்களுக்குப் பிடித்தமானவன். அவனுக்கு முலைகள் இருந்தால் அவளே *Bitch* என்கிறார் - அதாவது அப்படிப்பட்ட ஆண் எப்படி பெண்களால் விரும்பப்படுபவனாக இருக்கிறானோ, அதுபோல் *Bitch* என்றழைக்கப்படும் பெண்ணும் உண்மையில் ஆண்களால் கொண்டாடப்பட வேண்டியவள் என்ற பொருளில்.

பாடலாசிரியரான பாப் டிலனுக்கு இலக்கிய நொபேல் அறிவிக்கப்பட்டிருக்கும் நாளில் ஷ்ருதி ஹாசன் எழுதியிருக்கும் இந்த வீடியோ வெளியாகி இருப்பது குறிப்பிடத்தக்கது! அவர் மென்மேலும் இதுபோல் பங்களிப்பு செய்ய வாழ்த்துகள்.

(தவறாமல் இந்த அழகான வீடியோவைப் பார்த்துவிடுங்கள்: https://www.youtube.com/watch?v=ntcs-iU6ArU நிதானமாய் வாசிக்க பாடல் வரிகளைத் தந்திருக்கிறேன்.)

Be The Bitch

I was on a phone call the other day and I noticed a word cloaked in a joke - Bitch.

This mongrel of an insult, slipped in to put me in my place.
And what place might that be?
The backseat of the slow moving train of your brain reserved for women
who were too big to fit into your narrow mind or too tall to cower under your insecurities.

Bitch is the verbal eye-roll you make to classify any woman
who is not your cup of tea because she refuses to pour it.
Genus: Selfishus. Species: Ambitious.

And if you think bitch offends me, honey, I've got news for you.

The bitch is a teacher who stands against a system.
The bitch is a multi-tasker and that's why she has no time for your excuses.
The bitch has a multi-million dollar business that was based on doubt and sheer determination.

The bitch is pure ambition with hormones. Yes, hormones.
The bitch is a girl that said no and meant it and she left with her yes safely tucked in her handbag.
A bitch can't always be nice, but she may be the kindest.
A bitch loses sleep for her kids, but dreams for herself.

The bitch is your boss who gave you the raise.
The bitch buys lingerie for herself.
The bitch wears what she likes.
A Bitch isn't afraid to have her heart broken.
A Bitch isn't afraid to tell you she loves you.

A bitch is a stud with boobs.
Bitch is the only insult you could come up with for a woman who left you.

So, the next time you look at me and want to send me flowers.
The next time you look at my face, my eyes, my clothes, my skin, my moods, my shoes,
my voice, my vice, my sacrifice, my now, my then,
my fight, my time, my love, my light, my heart, my mistakes, my very being,
please sign the big red roses to the...

- Shruthi Haasan

(அக்டோபர் 14, 2016)

7. நிசப்தத்தின் பேரோசை

"*தற்கொலை என்பது உச்சகட்ட கோழைத்தனம்தான்; ஆனால் அதைச் செய்துகொள்ள உச்சபட்சத் துணிச்சல் தேவை.*" *ட்விட்டரில் @arattaigirl சௌம்யா.*

இந்தியத் திரையுலகில் உடனடித் துணிச்சல் போர்த்திய, உள்ளே கோழைத்தனம் மண்டிய பெண்டிர் மிகுதி. அதனால் நடிகைகள் தற்கொலை செய்வது தீபாவளி, கிறிஸ்துமஸ்,

ரம்ஜான் போல் வழமையான வருடாந்திர நிகழ்வாகி விட்டது. நீளும் இப்பட்டியலின் மிகச் சமீபத்திய இணைப்பு இந்திப்பட நடிகை ஜியா கான்.

கடந்த ஜூன் 2ம் தேதி இரவு 11:45 மணியளவில் மும்பையின் ஜுஹூவிலிருக்கும் தன் வீட்டில் தூக்கிட்டு தற்கொலை செய்து கொண்டார் 25 வயதான ஜியா கான்.

ஏன்? பார்க்கலாம்.

நஃபீஸா கான் என்ற இயற்பெயர் கொண்ட ஜியா கான் நியூயார்க்கில் பிறந்தவர். லண்டனில் வளர்ந்தவர். நல்ல வசதியான முஸ்லிம் குடும்பம். அம்மா ராபியா கான் முன்னாள் இந்தி நடிகை. அந்தப் பிறவித் தொடர்பிலும் தன் 6வது வயதில் ராம் கோபால் வர்மாவின் ரங்கீலா படம் பார்த்த பாதிப்பிலும் ஜியாவை சினிமா சுண்டி இழுத்தது. இத்தனைக்கும் பள்ளியில் நன்றாகப் படிக்கும் மாணவி அவர்.

மணிரத்னம் இயக்கிய ‘உயிரே’... படத்தில் முதன் முதலாக சிறுவயது மனீஷா கொய்ராலாவாக ஒரு சிறு கதாபாத்திரத்தில் நடித்தார். பின் தன் 16வது வயதில் பாப் ஆல்பம் ஒன்றை வெளியிட்டார். கிட்டத்தட்ட இதே காலகட்டத்தில் முகேஷ் பட்டின் Tumsa Nahin Dekha படத்தில் நாயகியாகப் பரிசீலிக்கப்பட்டு நிராகரிக்கப்பட்டார்.

பின் லண்டனில் நாடகம் மற்றும் திரைப்பட நடிப்பு பயின்றுகொண்டிருந்த ஜியாவைத் தன் Nishabd படத்தில் கதாநாயகியாக அறிமுகப்படுத்தினார் ராம் கோபால் வர்மா. படிப்பைப் பாதியில் விடுத்து பாலிவுட்டில் காலடி எடுத்து வைத்தார் ஜியா. முதல் படத்திலேயே அமிதாப் பச்சனுடன் ஜோடி. 18 வயதுப் பெண் தன் தந்தை வயதிலிருக்கும் 60 வயது ஆசாமியுடன் காதல் கொள்ளும் சிக்கலான கதைக்களம். தன் அபாரமான நடிப்பை வெளிப்படுத்தி, பாராட்டுகளை அள்ளிக் கொண்டார் ஜியா. சிறந்த அறிமுக நடிகைக்கான ஃபிலிம்ஃபேர் விருதுக்குப் பரிந்துரைக்கப்பட்டார்.

பின் முருகதாஸ் இயக்கிய கஜினி இந்தி ரீமேக்கில் இங்கு நயன்தாரா நடித்த பாத்திரத்தைச் செய்தார் ஜியா. இதற்கும் நேர்மறை விமர்சனங்களையே பெற்றார். பிறகு அக்ஷய் குமாருடன் *Housefull* படத்தில் ஒரு சிறிய கதாபாத்திரம். இரண்டுமே மிகப்பெரிய வசூல் சாதனையைச் செய்த படங்கள். இடையில் *Chance Pe Dance* படத்தில் ஷூட்டிங் கலந்து கொண்ட பின் கதாபாத்திரத்துக்குப் பொருத்தமில்லை என்று விலக்கப்பட்டார். அதற்குப் பிறகு மூன்றாண்டுகள் சும்மா வீட்டில் இருந்தார். சரியான திரைப்பட வாய்ப்புகள் அமையவில்லை. அதுதான் முதல் பிரச்சினை.

பின் கடந்த ஒரு வருடத்துக்கு மேலாக சூரஜ் பஞ்சோலி என்ற இளம் நடிகருடன் லிவிங் டுகெதர் ரிலேஷன்ஷிப்பில் இருந்தார். அந்த உறவு சுமுகமாக இல்லை. உடல்ரீதியாகவும் மனரீதியாகவும் மிகுந்த அழுத்தங்களுக்கு உள்ளாகி இருக்கிறார்.

சில மாதங்கள் முன் கோவாவிற்குச் சென்றபோது இருவருக்குமிடையே நடந்த சண்டையில் நாடியை அறுத்துக் கொண்டு தற்கொலைக்கு முயன்றிருக்கிறார்.

ஒருமுறை அபார்ஷனும் நடந்திருக்கிறது. பிறகும் உறவு தொடர்ந்திருக்கிறது. சம்பவத்திற்கு முந்தைய தின இரவு இருவரும் ஒன்றாகவே கழித்திருக்கின்றனர். அடுத்த நாள் இருவருக்குமிடையே கடும் வாக்குவாதம் நடந்திருக்கிறது. ஜியா தன்னைச் சந்திக்க வந்தபோது பார்க்க மறுத்து, திருப்பி அனுப்பி இருக்கிறார் சூரஜ். கடும் மன உளைச்சலுக்கு ஆளான ஜியா அன்றிரவே தூக்கில் தொங்கிவிட்டார்.

முதல்கட்ட விசாரணையில் கிடைத்திருக்கும் தகவல்கள் இவை. சூரஜை போலீஸ் கஸ்டடிக்கு எடுத்து விசாரித்து வருகிறார்கள். அவருக்குத் தண்டனை கிடைக்குமா என்பது பற்றியெல்லாம் கிசுகிசு பத்திரிகைகள் பார்த்துக் கொள்ளட்டும். நமக்கு இந்தத் தற்கொலைக்குப் பின்னிருந்து செயல்பட்ட உளவியல்தான் முக்கியம்.

★

Fashion, Heroine, Dirty Picture ஆகிய படங்கள் ஃபேஷன் உலகம் மற்றும் பாலிவுட்டில் பெண்கள் சந்திக்கும் சிக்கல்களைப் பதிவு செய்துள்ளன. எந்தவொரு நடிகையின் கதையை எடுத்தாலும் இப்படங்களுடன் பொருந்தக்கூடியதாகவே இருக்கிறது.

இந்தியத் திரையுலகில் பெரும்பாலான நடிகைகளின் சொந்த வாழ்க்கை என்பது பரிதாபத்துக்குரியதாகவே இருக்கிறது. தம் வாழ்க்கையின் பிற்பகுதியில் ஏதேனும் பணக்காரத் தொழிலதிபரை அல்லது வெளிநாட்டு இந்தியரை மணந்து செட்டில் ஆனாலும் அதற்கு முன்பான இளமை வாழ்க்கை நிலையற்றதாகவே இருக்கிறது.

வாய்ப்புக்காக பாலியல் ரீதியாகச் சுரண்டப்படுதல், குடும்பத்தாரால் பொருளாதார ரீதியாக ஏமாற்றப்படுதல், காதல் தோல்வி, காதலருடன்/ கணவருடன் விரிசல், திருமணம் என்ற அங்கீகாரம் அற்றுச் சேர்ந்து வாழ நேர்தல், ஒன்றுக்கும் மேற்பட்ட திருமணங்கள், அவற்றில் ஏமாற்றம் ஏற்படுதல், விவாகரத்து, அரசியல்வாதிகள் / பெரும்பணக்காரர்கள் / அண்டர்க்ரவுண்ட் தாதாக்களுடன் ஒத்துப்போக நேர்தல், பாலியல் தொழிலில் ஈடுபடுதல், மிக வக்கிரமான கிசுகிசுக்கள் அல்லது ஆபாச வீடியோக்கள் வெளியாவது, தனிமையில் வாழ்தல் என ஏதோ ஒன்று அல்லது அதற்கு மேற்பட்ட பிரச்சினையினால் சொந்த வாழ்க்கைப் பாதிக்கப்படுகிறார்கள்.

ஆனால் இவர்கள் அனைவருமே தற்கொலை செய்து கொள்வதில்லையே! ஏன்?

எல்லோருக்கும் ஒரே மனஅமைப்பு இருப்பதில்லை, பலவீனமான மனமுடையோர் தற்கொலை செய்கிறார்கள் என்று மேலோட்டமாகக் காரணம் சொன்னாலும் அதைத் தாண்டிய முக்கிய விஷயம் இருக்கிறது. அது அந்த நடிகையின் கெரியர் க்ராஃப்.

சினிமாத் துறையில் அவரது வெற்றி / தோல்வி. சினிமாவில் வெற்றிகள் குவிந்துகொண்டிருக்கும் பொழுதுகளில் வாழ்க்கையின்

பிரச்சினைகள் கண்ணில் படுவதே இல்லை. பட்டாலும் ஒத்திப்போடப்படுகிறது. அந்த வெற்றி ஸ்தானம் ஆட்டம் காணும்போதுதான் மெல்ல சொந்தச் சிக்கல்கள் பூதாகரமாகி மனசை அரிக்க ஆரம்பிக்கிறது. தொழில் வாழ்க்கையிலும் ஒதுக்கப்பட்டுவிட்டோம், சொந்த வாழ்க்கையிலும் ஒன்றுமில்லாமல் போய்விட்டோம் என்ற கழிவிரக்கம் சூழ்ந்து கொள்ள, கடுமையான மன உளைச்சலுக்கு ஆளாகிறார்கள். அதன் ஓர் உச்சத் தெறிப்பில் அவசரமாகத் தற்கொலை செய்து கொள்கிறார்கள். தற்கொலை செய்த நடிகைகள் பெரும்பாலும் தொழில் தேய்ந்து போனவர்கள். உச்சத்திலிருக்கும் எந்த நடிகையும் தற்கொலையில் இறங்குவதில்லை (ஒரே விதிவிலக்கு ஷோபா).

ஜியா கான் இந்தச் சட்டகத்துள் கச்சிதமாகப் பொருந்துகிறார். பாலிவுட்டின் மூன்று பெரிய ஸ்டார்களுடன் நடித்தும் அவற்றில் இரண்டு மிகப்பெரிய ஹிட் என்றாலும் மற்றொன்றில் ஜியாவின் நடிப்புக்கு விமர்சகர்களின் பாராட்டுக் குவிந்தது என்ற போதிலும், கடந்த மூன்று ஆண்டுகளாக எந்தப் பட வாய்ப்புகளுமே அவருக்கு அமையவில்லை. அவர் வீட்டில் சும்மா இருக்கவில்லை, ஃபேஷன் நிகழ்வுகள், பிஸினஸ் விழாக்கள் போன்றவற்றில் தொடர்ச்சியாகக் கலந்து கொண்டிருந்தார், போதுமான பணம் வந்துகொண்டிருந்தது என்று தற்போது ஜியாவின் அம்மா சொன்னாலும் அதெல்லாம், யானைப்பசிக்கு சோளப்பொரி போலத்தான்.

ஒருகாலத்தில் கொடிகட்டிப் பறந்த நடிகை, பணத்திலும் புகழிலும் குளித்தவர், சமூகத்தில் மிக உயர்ஸ்தானத்தில் இருந்தவர், இன்று லோக்கல் ஜவுளிக்கடைத் திறப்பு விழாவில் கலந்து கொள்வதில் என்ன பெரிய திருப்தி இருந்து விட முடியும்? அதே நிலைதான் ஜியாவுக்கும். தன்னை அறிமுகப்படுத்திய ராம் கோபால் வர்மாவிடமே இதைச் சொல்லிப் புலம்பி வாயப்புக் கேட்டிருக்கிறார். அப்போதைக்கு அவரிடம் பொருத்தமான ரோல்கள் இல்லை என்பதால் உதவ முடியவில்லை என்பதைத் தற்போது குற்றவுணர்வுடன் குறிப்பிடுகிறார் வர்மா.

தன் தொழிலில் ஜியா நொறுங்கிக்கொண்டிருந்த சமயம்தான் சூரஜ் பஞ்ச்சோலி அறிமுகமாகிறார். அவர்களின் காதல் சரியானதாக அமைந்திருந்தால் ஜியாவின் மனநிலையை மீட்டெடுக்க அதுவே போதுமானதாய் இருந்திருக்கும். சினிமாவை விடுத்து வேறு துறையிலோ அல்லது வீட்டைக் கவனிக்கும் சராசரி குடும்பப் பெண்ணாகவோ கூட தன் வாழ்க்கையை அமைத்துக் கொண்டிருக்க முடியும்.

ஆனால், துரதிர்ஷ்டவசமாக, காதலும் சரியாக அமையவில்லை ஜியாவுக்கு. சூரஜ் அவரை விட இரண்டு வயது இளையவர். அந்த முதிர்ச்சியின்மை அவர்களின் உறவில் வெளிப்பட்டிருக்கும். அடுத்தது, ஒரு வருடம் முன்பு அவர்கள் காதல் அரும்பிய பொழுது படங்கள் இல்லாது இருந்தாலும் ஜியா இந்தியா முழுக்கத் தெரிந்த ஒரு பிரபல நடிகை. ஆனால் சூரஜ் ஒரு நட்சத்திர தம்பதியின் (ஆதித்யா பஞ்ச்சோலி - ஸரீனா வஹாப்) மகன் என்பதைத் தாண்டி வேறொன்றுமில்லை.

இப்போது சல்மான் கானின் சொந்தத் தயாரிப்பில் அறிமுகமாக இருக்கிறார் சூரஜ். ஜியா அலுத்து விட்டார். இன்று அவரது இடம் கிட்டத்தட்ட ஒன்றுமே இல்லை. அபாரமான எதிர்காலம் கண்முன்னால் வரக்காத்திருக்கும்போது, ஃபீல்ட் அவுட் ஆன ஜியா கானை, அதிலும் தன்னை விட மூத்தவரைத் திருமணம் செய்ய எப்படி மனம் வரும்? அதன் காரணமாக சூரஜ் ஜியாவிடம் விலகத் தொடங்கி இருப்பார்.

தற்கொலை செய்து கொண்ட அன்று ஜியா சூரஜுக்கு அனுப்பிய குறுஞ்செய்தியில் கூட தனக்குச் சில தென்னிந்தியப் படங்கள் கமிட்டாகி இருப்பதாகச் சொல்கிறார். தான் இன்னும் ரிட்டயர் ஆகவில்லை என்று சூரஜிடம் நிரூபிக்கும் நிலையிலேயே ஜியா இருந்திருக்கிறார். ஆனால் சூரஜ் அதை நிராகரித்து அவருக்குக் கள்ளிச்செடி வைத்த ப்ரேக்கப் பொக்கே அனுப்பி இருக்கிறார். அதுதான் ஜியாவின் ப்ரேக்கிங் பாயிண்ட்.

மனதில் அடக்கி வைத்திருந்த அத்தனையும் சட்டென்று வெடித்துக் கிளம்ப, உடனடி நிவாரணமாக மரணத்தைச்

சட்டென்று தேர்ந்தெடுத்துக் கொண்டார். அழுத்தத்தில் உடைந்துவிட்ட அழகான கண்ணாடி பொம்மை ஜியா கான்.

இந்திய பீனல் கோட் 306ன்படி தற்கொலைக்குத் தூண்டுவது தண்டனைக்குரிய குற்றம். ஆனால், 2010ல் சுப்ரீம் கோர்ட் அளித்த ஒரு தீர்ப்பு இறப்பதைத் தவிர வேறு எந்த வழியும் இல்லை என்ற அளவு திட்டமிட்டு ஒருவரைக் கார்னர் செய்தால் மட்டுமே அது தற்கொலைக்குத் தூண்டியதாகக் கருதப்படும் என்கிறது. மரண வாக்குமூலத்தில் சூரஜ் தன்னைக் கற்பழித்தார், மனதாலும் உடலாலும் டார்ச்சர் செய்தார் என்றெல்லாம் ஜியா குறிப்பிட்டிருந்தாலும், அவை யாவும் நிரூபிக்கப்பட வேண்டும். கேஸ் போகிற திசையைப் பார்த்தால் சூரஜ் தப்பித்துக்கொள்வார் என்றே தோன்றுகிறது. ஒருவேளை பாலிவுட்டிற்கான அவரது கனவு அறிமுகம் பாதிப்படையக்கூடும், குறைந்தபட்சம் தாமதம் அடையும். மற்றபடி ஜியா மனஅழுத்தம் தாங்க முடியாமல் தற்கொலை செய்தார் என்றே முடிவாகும்.

2002ல் தமிழ் நடிகை மோனல் தற்கொலை செய்த போது விஜய்காந்த், சரத்குமார் என அப்போது நடிகர் சங்கத் தலைமைப் பொறுப்பில் இருந்தவர்கள் நடிகைகளுக்கு மனநல கவுன்சிலிங் செய்யப்படும் என அறிவித்தார்கள். அப்போது நடிகை குஷ்பு தெரிவித்த கருத்து முக்கியமானது - நடிகர்களுக்கும் சேர்த்தே மனநல கவுன்சிலிங் செய்யப்பட வேண்டும் எனச் சொன்னார். யோசித்துப் பார்த்தால் அது மிகச்சரியே.

தற்கொலை செய்துகொள்வது நடிகைகள் என்றாலும் அதற்குக் காரணம் ஆண்களே!

ஜியாவின் கதையில் கவுன்சிலிங் சூரஜுக்குத்தான் தேவைப்பட்டிருக்கும். அவர் சரியாக நடந்துகொண்டிருந்தால் ஜியா இந்த முடிவுக்குப் போயிருக்க மாட்டார். அவர் காதலை உணர்வுபூர்வமாக அல்லாமல் லாபநஷ்டக் கணக்காகப் பாவித்து, ஜியாவைத் துரத்தி அனுப்பினார். அந்த வக்கிரம் தான் ஜியாவுக்கு எமனானது.

ஏமாற்றங்களின் பேரோசையில் அதிர்ந்த ஜியாவின் ஆத்மா நிசப்தமாகட்டும்.

★

தற்கொலை செய்துகொண்ட சில இந்திய நடிகைகள்:

- கல்பனா (1979) - 36 வயதில் நடக்கவிருந்த திருமணம் ரத்தானதால் மோதிரத்திலிருந்த வைரத்தை விழுங்கி தற்கொலை செய்து கொண்டார்.
- ஷோபா (1980) - 17 வயதில் பாலு மகேந்திராவைத் திருமணம் செய்த பின் ஏற்பட்ட பிரச்சினைகள் காரணமாக தற்கொலை செய்துகொண்டார்.
- 'ஃபடாஃபட்' ஜெயலட்சுமி (1980) - 22 வயதில் எம்ஜிஆர் உறவினருடனான காதல் வாழ்க்கையில் ஏற்பட்ட ஏமாற்றத்தில் தற்கொலை செய்துகொண்டார்.
- 'சில்க்' ஸ்மிதா (1996) - 35 வயதில் பணச்சிக்கல், காதல் தோல்வி, அதீதகுடி போன்றவை காரணமாக விஷம் அருந்தித் தற்கொலை செய்துகொண்டார்.
- 'கோழி கூவுது' விஜி (2000) - 34 வயதில் மணம் செய்வதாக வாக்களித்து விட்டு இயக்குநர் ஏ.ஆர்.ரமேஷ் ஏமாற்றியதால் தற்கொலை செய்துகொண்டார்.
- மோனல் (2002) - 21 வயதில் ப்ரசன்னா என்ற நடன இயக்குனருடன் ஏற்பட்ட காதல் முறிவில் தூக்கிட்டுத் தற்கொலை செய்துகொண்டார்.
- நஃபீஸா ஜோசப் (2004) - 26 வயதில் கணவர் விவாகரத்து செய்யாமல் திருமணம் செய்து கொண்டதால் தூக்கிட்டுத் தற்கொலை செய்துகொண்டார்.
- மயூரி (2005) - 22 வயதில் திருமணத்துக்குப் பிந்தைய வரதட்சணைக் கொடுமை காரணமாக தூக்கிட்டுத் தற்கொலை செய்துகொண்டார்.

- *குல்ஜீத் ரந்தவா (2006) - 30 வயதில் வாழ்க்கை அழுத்தங்கள் தாளவில்லை என்றெழுதி வைத்து விட்டுத் தூக்கிட்டுத் தற்கொலை செய்துகொண்டார்.*

- *விவேகா பாபாஜி (2010) - 37 வயதில் காதல் தோல்வி, தொழில் தோல்வி, பணச்சிக்கல் காரணமாக தூக்கிட்டுத் தற்கொலை செய்துகொண்டார்.*

(ஆழம் - ஜூலை 2013)

8. புதிய தலைமுறை

"I am a New Generaion Girl!!! Anything for my Country to get Home the World Cup So INDIA Cheer with me That we need 1983 BACK"

- ட்விட்டரில் பூனம் பாண்டே,
மார்ச் 31, 2011

பூனம் பாண்டே - 72 மணி நேரத்துக்கு முன் இந்தப் பெயரை உச்சரித்திருந்தால் நிச்சயம் உங்களுக்குத் தெரிந்திருக்காது; ஆனால் இக்கணம் இப்பெயர் பிரபஞ்ச பிரசித்தம். இந்திய கிரிக்கெட் அணி உலகக் கோப்பையை வெல்லும் நாளைய பொன் நிகழ்வில் இந்த ஐந்தடி ஏழங்குல உயர 19 வயது மும்பை மாடலின் தூய நிர்வாண அழகியலைப் பேரார்வத்துடன் எதிர்நோக்கியிருக்கின்றன சுமார் 242 கோடி இந்தியக் கண்கள். வாழிய, நம் நாட்டுப்பற்று!

உலகக் கோப்பை போன்ற பிரம்மாண்ட விளையாட்டு நிகழ்வுகளில் இதுபோன்ற அதிர்ச்சி மதிப்பீட்டு அறிவிப்புகள் வெளியிடப்படுவது புதிதல்ல. கடந்த 2010 உலகக் கோப்பை கால்பந்துப் போட்டியில் கூட இது நடந்தது. அர்ஜெண்டினா கோப்பை வென்றால் அந்நாட்டின் தலைநகரான *Buenos Aires*ல் நிர்வாணமாக ஓடுவதாக *Luciana Salazar* என்ற 29 வயது மாடல் அறிவித்தார். பதிலுக்கு பேரகுவே கோப்பை வென்றால் அதன் தலைநகரான *Asunción*ல் நிர்வாணமாக ஓடுவதாக *Larissa Riquelme* என்ற 25 வயது மாடல் அறிவித்தார். கடைசியில் இந்த இரு நாடுகளும் இல்லாமல் ஸ்பெயின் கோப்பையை வென்றது (துரதிர்ஷ்டவசமாக ஸ்பெயின் தேசத்தின் சார்பாக யாரும் எந்தவொரு ஓட்டத்தையும் திட்டமிடவில்லை).

பூனம் பாண்டே கடந்த மூன்று நாட்களாக இந்திய ட்விட்டரின் டைம்லைனில் *trending topic*. கூகுள் தேடலில் *poo* என்று டைப்பினால் *poonam pandey* என்றுதான் முதலில் காட்டுகிறது. தவிர, இந்த மூன்று தினங்களில் கூகுளில் அதிகம் தேடப்பட்ட இந்தியர்களில் முதலிடம். இணையத்தில் அதிக முறை டவுன்லோட் செய்யப்பட்ட மாடல்களின் பட்டியலில் இடம். இரண்டு பேர் பேசிக்கொண்டால் விஷயம் எதைப் பற்றியதாக இருந்தாலும் கடைசியில் பூனம் பாண்டேவுக்கு வந்து ஏளனமும் ஏக்கமும் கலந்ததொரு பெருமூச்சுடன் நிற்கிறது.

Kingfisher, ibibo போன்றவற்றின் ஸ்விம் சூட் கேலண்டர்களுக்கு

டூபீஸ் டிரெஸ்களில் போஸ் கொடுத்துக்கொண்டிருக்கும் எந்த மாடலுக்கும் ஒற்றை இரவில் இப்படியொரு புகழ் கிடைப்பதரிது. தீபிகா படுகோனேவும் *Kingfisher calender girl* தான். ஆனால் அவர் இந்த உயரத்தை அடைந்தது காத்திருப்புகளும், கஷ்டங்களும் நிறைந்த பாட்டையின் வழி.

பூனம் பாண்டேவைப் பொறுத்தவரை அடிப்படையில் இது ஒரு பப்ளிஸிட்டி மட்டுமே. அவரே சொல்வதுபோல் அவரது லட்சியக்கனவு நடிகையாவது. அது நடப்பதற்கான சாத்தியக்கூறுகள் அதிகரித்திருக்கின்றன என்பதில் சந்தேகமில்லை. நிச்சயம் யாராவது இந்தி இயக்குநர் அல்லது தயாரிப்பாளர் பூனம் பாண்டேவிற்குக் கூடிய சீக்கிரம் அழைப்பு விடுப்பார் (படத்தில் நடிக்க). அவரது கதையையே படமெடுத்தாலும் ஆச்சரியமில்லை.

பப்ளிஸிட்டிக்காக என்றாலும் இதை நிச்சயம் ஸ்டன்ட் என்று சொல்ல மாட்டேன். அவர் சொன்னதைச் செய்ய நிறைய வாய்ப்புகள் இருக்கின்றன. கிரிக்கெட் ஸ்டேடியம் போன்ற பொதுவிடத்தில் இல்லையெனினும் வலைதளத்தில் நேரடி காணொளி பரப்பாக அல்லது ஏதாவது ஸாட்டிலைட் தொலைக்காட்சியின் மூலம் அவர் தன் வாக்கை நிறைவேற்றிட சாத்தியங்கள் அதிகம். தற்போதைய காஸ்ட்யூம்களிலிருந்து அவர் சொல்லியிருக்கும் நிலைக்கு மாற சில மில்லிமீட்டர்கள் துகிலுரிந்தாலே போதுமானது என்பதால் அவருக்கு அது ஒரு பெரிய மனத்தடையாக இருக்காது என்றே தோன்றுகிறது. தவிர பாண்டேவின் பெற்றோர்களும் ஈன்ற பொழுதினும் பெரிதுவப்பதாகவே செய்திகள் தெரிவிக்கின்றன.

(வழக்கம் போல்) சிவசேனா இதற்கு எதிர்ப்பு தெரிவித்திருக்கிறது. மகாராஷ்ட்ர பிஜேபி மகளிரணி காவல்துறையில் புகார் அளித்திருக்கிறது. போபால் நீதிமன்றம் ஒன்றில் பிராமண சமூகத்தைப் பற்றி பூனம் தப்பபிப்பிராயம் ஏற்படுத்தி விட்டார் என அவர் மீது வழக்கு தொடர்ந்திருக்கிறார்கள். இதை எழுத ஆரம்பிக்கும் சற்று நேரம் முன்னதாக உத்தரப்பிரதேசத்தின்

பல்ராம்பூர் காவல் நிலையத்தில் நீதிமன்ற மாஜிஸ்ட்ரேட்டின் உத்தரவின் பேரில் பூனம் பாண்டேவின் மீது எஃப்ஐஆர் பதிவு செய்திருக்கிறார்கள்.

மறுபக்கம் *PETA* இயக்கம் *(People for the Ethical Treatment of Animals)* கிரிக்கெட்டுக்காக அல்லாமல் பிராணிகள் நலனுக்காக பூனம் பாண்டே நிர்வாணமாக ஓட வேண்டும் என வேண்டுகோள் விடுத்திருக்கிறார்கள். பாலிவுட் இயக்குநர் சுபார்ன் வர்மா *(Ek Khiladi Ek Haseena, Acid Factory)* பூனம் பாண்டேவின் நிர்வாண நிகழ்படத்தைத் தாம் ஏற்கனவே எடுத்திருப்பதாகச் சொல்லி ஏப்ரல் ஃபூல் செய்து விளையாடிக்கொண்டிருக்கிறார்.

"விமர்சனங்களுக்கும், மிரட்டல்களுக்கும் நான் அஞ்சவில்லை. இது கிரிக்கெட் எனும் விளையாட்டின்பால் கொண்ட காதலால் இந்திய அணியை உற்சாகப்படுத்தும் நோக்கில் செய்வது. நாட்டின் சட்டத்தையோ, கிரிக்கெட் வாரியத்தையோ மீறி எதையும் செய்யும் எண்ணமில்லை" என்று சொல்லியிருக்கிறார் பூனம் பாண்டே. இதற்கிடையே நாளை மும்பையில் நடக்கும் மேட்ச்சைப் பார்க்க பூனம் டிக்கெட் வாங்கிவிட்டதாகத் தெரிகிறது. "எதுவுமே முடியாவிட்டால், குறைந்தபட்சம் இந்திய கிரிக்கெட் வீரர்களின் டிரெஸ்ஸிங் ரூமிலாவது இக்கட்டவிழ்ப்பு நடந்தே தீரும்" என சூளுரைத்திருக்கிறார் பூனம் பாண்டே.

ஒரு மனமுதிராப் பதின்மச் சிறுமியின் எளிய சினிமா மோகம் தாண்டி இதில் வேறேதும் புலப்படவில்லை. இந்தியச் சமூகம் தன் அத்தனை அரிஷ்டவர்க்க உளச்சிக்கல்களோடும் அவளைக் களப்பலியிடக் காத்திருக்கிறது.

எனக்கு பூனம் பாண்டே என்ற பெண்ணின் கம்பீரம் வீசும் நிர்வாண தேகத்தை மீறிய சில எதிர்பார்ப்புகள் இருக்கின்றன. பார்க்கலாம்.

(ஏப்ரல் 2, 2011)

୨. மின்மினிகள்

எவளை அழகெனப் புகழ முடியாதோ அவளே அழகி!

★

கன்னடத் திரையுலகின் முன்னணி நடிகை ரச்சிதா ராம். தமிழ் ரசிகர்களுக்கேற்ற முகவெட்டு க்யூட் முகவெட்டு மற்றும் கொழுக் உடல்வாகு. முக்கியமாய் ஆன்மா வழுக்கி வீழுமளவு ஒரு கன்னக்குழியும் ஆவி தொலைந்து போகுமளவு ஒற்றைத் தெற்றுப் பல்லுமுண்டு. கீர்த்தி சுரேஷ் அளவு ஆச்சாரமில்லாவிடினும் அனாவசியக் கவர்ச்சிகள் காட்டாதவர். பர்ஜாரி படத்தின் புட்ட கௌரி பாடலிலும், சக்ரவியூகா படத்தின் அனைத்துப் பாடலிலும் இவரது அனேக தாத்பர்யங்களைக் கண்பருகலாம்.

தன் முதல் படமான புல்புல்லிலேயே கன்னட ஃபிலிம்ஃபேர் விருதுக்கு நாமினேட் ஆனவர். ரச்சிதா ராம் நடித்து, கடைசியாய் வெளியான சீதாராமா கல்யாணா ஹிட்.

பெங்களூர்த் தமிழ்க்குடிமகனாக என் கேள்வியெல்லாம் தமிழ்த் திரையுலகுக்கு ரச்சிதாவை அழைத்து வந்து புண்ணியமடையப் போகும் அந்த இயக்குநர் எவர்?

★

நியூஸ் 7 தொலைக்காட்சியின் பனிமலர் பன்னீர்செல்வம் தமிழ் இளைஞர்களின் லேட்டஸ்ட் சென்சேஷன். செய்தி வாசிப்பது தாண்டி அவர் தொகுத்து வழங்கும் சினிமேக்ஸ் எனகிற நிகழ்ச்சியை இரவு 11 மணிக்குக் கண்விழித்துப் பார்க்கும் கூட்டம் கணிசம். பிறந்த போதே சரியாய்ப் பனிமலர் எனக் காரணப் பெயரிட்டவரை வியக்காமல் இருக்க முடியவில்லை. அவரே தன்னை நயன்தாரா என ஓரிடத்தில் சொன்னாலும் அது அடக்கமுடைமையாகவும் சுய பகடியாகவுமே பார்க்கப்படுகிறது.

கண்ணை மூடிக்கொண்டு கேட்டால் பனிமலரின் குரல் விசாலி கண்ணதாசன் போலிருக்கிறது என்கிறார் ஓர் அன்பர். பனிமலர் எதிரில் இருக்கும்போது ஒருவர் கண்களை மூடிக் கொள்ள முடியும் என்ற விஷயமே அதிர்ச்சிகரமாக இருக்கிறது!

தற்போது பிஹைண்ட்வுட்ஸ் டிவி தயாரிப்பில் சுனில் குமார் சுந்தரம் என்பவர் எழுதி இயக்கியிருக்கும் 'நீதி' என்ற அரை மணி நேர த்ரில்லர் குறும்படத்தில் நாயகியாக நடித்திருக்கிறார். சுமாரான குறும்படம்; மிகச் சுமாரான நடிப்பு. ஆனால் அதெல்லாம் யாருக்கு வேண்டும்? "ஸார்! பனிமலர் ஸார்!" என்று புளகாங்கிதம் அடைகிறார்கள்!

★

அபூர்வா ஜெயராஜன் பூனாவைச் சேர்ந்தவர். பேரழகான புன்னகை கொண்ட இளம் பெண். *Mat Pilate Instructor.* 'யோகா டீச்சர்' என்று நம் வசதிக்காக அடையாளப்படுத்திக் கொண்டாலும் அவர் முன்வைப்பது யோகா மற்றும் நடனத்தின் ஒரு கலவையை. அதை *'Yogaance'* என்று அழைக்கிறார். சமநிலை கொண்ட உடல் மற்றும் மனதை உருவாக்க இந்த வித்தை உதவும் என்கிறார். பிடித்த இசையைப் போட்டுவிட்டு, உங்கள் மூச்சின் ரிதத்துக்கேற்ப உடலை வளைத்து, அமைதி தேடச் சொல்கிறார்.

இவரது சிறப்பு, தபால் வழிக் கல்வியில் நீச்சல் கற்பிப்பது போல் யோகாசனங்களை ஃபேஸ்புக் மற்றும் இன்ஸ்டாக்ராமில்

சொல்லித் தருகிறார். உதாரணமாய் சமீபத்தில் நல்ல ஜீரண சக்தியைப் பெற *Malasana, Cat / Cow Stretch, Thread the Needle, Supine Twist, Happy Baby* மற்றும் *Apanasana* என்று ஆசனங்களைச் செய்து வீடியோ வெளியிட்டார்.

சில போஸ்கள் மூச்சு முட்ட வைக்கின்றன. அதுவே ஒரு சுவாசப் பயிற்சியோ எனக் குழப்பமாகிறது. அருணாசலத்தில் ரம்பாவை ரஜினி பாடியதுபோல் "எலும்பே இல்லாத படைப்பு" என முணுமுணுக்கலாம். இவரது பக்கம்: *https://www.facebook.com/apoorva.jayarajan/.*

பெண்கள் இவரை முயற்சித்துப் பார்க்கலாம். ஆண்கள் யோகா கற்பது சந்தேகம்தான்.

★

'லாஸ்லியா' என்றால் என்ன பொருள் எனக் கேட்கிறார்கள். என்ன கேள்வி இது? 'பெரும் பேரழகி' என்று அர்த்தம். என்ன, எந்த மொழியிலா? எல்லா மொழியிலும் அதேதான்.

லாஸ்லியா முகமெல்லாம் பரு பருவாக வந்திருக்கிறது. இளையராஜா இசையில் உட்கார்ந்த வைரமுத்து வரி மாதிரி. 'ஓம்' என்பது மந்திர உச்சாடனம் என்று சொன்னதை இதுகாறும் நம்பியதில்லை. இன்று லாஸ்லியா அதை உடைத்திருக்கிறார்.

சேலத்து மாம்பழம் ருசித்திருக்கிறேன். லாஸ்லியா ஈழத்து மாம்பழம். சாத்துக்குடி ஜூஸ், முழாம்பழ ஜூஸ், எலுமிச்சை ஜூஸ் குடித்துப் பழகியவர்கள் முதலில் பீர் குடிக்கும்போது கசக்கிறது என முகம்சுளிக்கத்தான் செய்வர். லாஸ்லியா அவ்வளவு ஒன்றும் அழகில்லை என்று சொல்பவர்கள் அதை நினைவூட்டுகிறார்கள்.

லாஸ்லியா ஒரு யட்சி - அழகில், அசைவில், பேச்சில், மனசில். லாஸ்லியா பள்ளிச் சிறுமியாய் நடித்த பிக்பாஸ் எபிஸோட் - அவரைப் போன்ற ஒரு மகள் வேண்டும் என யாரும் நினைக்காமல் இருக்க முடியாது. ஆனால் அதற்கு ஒரே வழிதான் இருக்கிறது.

★

எனக்குப் பிடித்த பாடகிகள் என்பதாக நான் பட்டியலிட்டிருந்தோர் பெரும்பாலும் தோற்றப் பொலிவினர் என்று ரமேஷ் வைத்யா சுட்டிக் காட்டியிருந்தார். அபபடி ஓர் ஒற்றுமையை இப்போதுதான் கவனிக்கிறேன். ஆனால் பாடினாலே அழகிதானே!

பாடகியருள் அழகி யார் என எங்கள் குழாமில் விவாதம் வந்தது. பலர் ஷ்ரேயா கோஷல் சொன்னார்கள். நான் லக்ஷ்மி ப்ரதீப்பைச் சொன்னேன். சுந்தர ராமசாமிக்குப் பெண் வேடமிட்டது போல் இருக்கிறார் என்று கூறிவிட்டார்கள். எனக்குப் பெண்களில் கூட இலக்கிய வாசமிருந்தால்தான் பிடிக்கிறது என்று எடுத்துக் கொள்கிறேன்!

96 படம் வரும் வரை யமுனையாற்றிலே பாடலே தெரியாது என்று சொல்லியிருந்தார் பாடகி லக்ஷ்மி ப்ரதீப். தமிழ்ப் பெண்ணாய் இருந்திருந்தால் அப்பாடல் தெரியாமல் இருக்காதே என ஒரு நண்பர் தேடி அவரது பூர்வீகம் கேரளம் எனக் கண்டறிந்திருக்கிறார்.

அவர் இவ்வளவு அழகாக இருக்கும்போதே சந்தேகம் வந்திருக்க வேண்டாமா!

சொந்தமாக கார் வாங்கி முதன்முறை ஓட்டுகையில் 'கரகாட்டக்காரன்' படத்தின் மாங்குயிலே பாடலை (எஸ்பிபி சோலோ வெர்ஷன்) அதில் ஒலிக்க விட வேண்டும் என ஒரு காலத்தில் எண்ணியிருந்திருக்கிறேன். இசை யட்சி லக்ஷமி ப்ரதீப் இதில் அதே பாடலின் டூயட் வெர்ஷனைப் பாடுகிறார், எஸ்பிபியாகவும் ஜானகியாகவும்.

> *"மாமரத்துக் கீழே நின்னு மங்கை அவ பாட*
> *அந்த மங்கைக் குரலில் மனம் மயங்கியது யாரு!"*

இத்தனை மதுரமான குரல் இருந்தால் மயங்காமல் என்ன செய்ய முடியும்! மற்றபடி லக்ஷ்மி ப்ரதீப் பாடுவதை ம்யூட்டில் வைத்துப் பார்த்தால் கூடக் கேட்கிறது!

★

ஜீவஜோதி பேரழகி. அன்றைய தேதியில் - 2000ங்களின் தொடக்கம் - ‘ஆன்ட்டி’ என்ற சொல்லுக்கு சமரசமற்ற உத்தம உதாரணம் அவர்.

பதின்மங்களின் பிற்பகுதி. எங்கள் வீட்டில் நக்கீரன் இதழைப் பத்தாண்டுகளுக்கு மேலாகத் தொடர்ந்து வாங்கிக் கொண்டிருந்தோம். ப்ரின்ஸ் சாந்தகுமார் (ஜீவஜோதி கணவர்) மாயம் / கொலை வழக்கு விசாரணை நடந்துகொண்டிருந்த சமயம் நக்கீரன் ஒவ்வொரு இதழின் அட்டைப்படத்திலும் தவறாமல் ஜீவஜோதியின் புதிய புகைப்படம் வரும். நினைவிலிருந்து அத்தனை எளிதில் அகலாத முகம். அப்பாவித்தனமும் அழுத்தமும் ஒருங்கே கொப்பளிக்கும் முகம். அதில் ஒளிந்திருக்கும் ஏதோ பிடிபடாத ரகசியம் பெரும் வசீகரம். சரவண பவன் அண்ணாச்சி விழுந்ததில் ஆச்சரியமே இல்லை. ஆனால் அதற்கு ஜீவஜோதி வளைந்து கொடுக்காததுதான் பேராச்சரியம். அவர் முகம் ஞாபக அடுக்குகளில் பதிவானதற்கு அந்த பிரமிப்பும் காரணம் எனலாம். 90ஸ் கிட்ஸுக்கு நான் சொல்வது புரியும் என நினைக்கிறேன்.

பிரபலங்களின் மீதான எத்தனை வழக்குகள் தீர்ப்பு வரை போயிருக்கிறதென யோசியுங்கள். செல்வாக்கைப் பிரயோகித்து நீர்த்துப் போகச் செய்வார்கள். இந்த வழக்கின் ஆரம்பத்திலும் - குற்றம் நிரூபணமாகும் வரை - நிச்சயம் ராஜகோபால் சார்பில் திரைக்குப் பின் பேரம் பேசப்பட்டிருக்கும். மிரட்டல்களும் இருந்திருக்கலாம். ஆனால் அதை எல்லாம் மதியாது அவ்வயதில் கணவன் சாவுக்கு நீதி கேட்டுப் போராடி இருக்கிறார் ஜீவஜோதி என்பது முக்கியமானது. ஜெயலலிதாவும் இவ்வழக்கில் ஜீவஜோதிக்கு ஆதரவாக இருந்ததற்கான (நீதி தாண்டிய) உளவியல் காரணங்கள் ஆராயத்தக்கன. ஜீவஜோதி பிற்பாடு மறுமணம் செய்துகொண்டு மகன் பெயரில் சிறிய உணவகமொன்றை (என்ன நகைமுரண்!) நடத்துவதாகக் கேள்விப்படுகிறேன். நிம்மதியான வாழ்க்கை என்பதாகவே தெரிகிறது.

அவர் அண்ணாச்சிக்கு மூன்றாம் மனைவியாய் வாழ்க்கைப்பட்டிருந்தால் இன்று அவர் வாழ்க்கை எபபடி இருந்திருக்கும் என யோசிக்கிறேன். லௌகீக அடிப்படையில் நிச்சயம் மேலானதாகவே இருந்திருக்கும். செழிப்பு சூழ ராணியாய் இருந்திருப்பார். (அண்ணாச்சி இவ்வளவு சீக்கிரம் இறந்திருக்க மாட்டார் எனக் கொள்கிறேன்.) ஆனால், கணவன் என்ற அடையாளம் அவர் விரும்பியவாறு இருந்திருக்காது. அந்த ஒற்றைக் காரணத்தால்தான் அவர் தன்னைத் தேடி வந்த பெரும்பணத்தை எட்டி உதைத்தார்.

சில பெண்கள் விதிகளுக்குட்பட்டவர்கள் அல்ல.

(2019 - 2021)

10. பெங்களூர் = பெண்+கள்+ஊர்

பெங்களூர் முன்னிரவுப் பொழுதுகளில் அதன் தகுதிக்கு மீறி மின்னுகிறது - எந்தவொரு இந்தியப் பெருநகரத்தையும் போல. எண்ணிக்கையில் பாதி விழுக்காடு இருக்கும் ஒருவழிச் சாலைகளை, கடக்க இருபுறமும் கவனிக்க வேண்டியிருக்கிறது. பி.எஸ்.என்.எல். புண்ணியத்தில் ஐம்பதடிக்கு ஒரு முறை தீபிகா படுகோனேவின் வினைல் புன்னகை தடுமாற வைக்கிறது. ஆங்காங்கே மில்லிமீட்டர் உடையுடுத்தி ஓர் உபதேவதையின் சாயலில் சன்னமாய்ச் சிணுங்கியபடி நகரும் நிஜ தீபிகாக்கள் தனி.

குளிரை சாக்கு வைத்து தினம் ஒரு முறை குளிக்கும் அவஸ்தையிலிருந்து அழகான வெள்ளைத்தோல் பெண்கள் விடுதலை அடைகின்றனர். காலியாயிருக்கும் இருக்கையில் எதிர் பாலினரோடு எவ்விதப் போலி சங்கோஜமுமில்லாமல் அமர்ந்துகொள்கின்றனர். ஸ்லீவ்லெஸ் டாப்ஸ் அணிந்த பெண்கள் அடிக்கடி தங்கள் கைகளைத் தூக்குவதில் ஆர்வம் காட்டுகிறார்கள். ஜீன்ஸ் அணிந்த இளம் பெண்கள் தம் உள்ளாடை நிறம் மற்றும் ப்ராண்டை உலகிற்கு உரக்க அறிவிக்கிறார்கள்.

பெங்களூரின் தட்பவெப்ப நிலையைப்பற்றி அதன்

அற்புதங்களைப் பற்றி அல்லது வினோதங்களைப் பற்றி சிலாகிக்கிறார்கள். டி.வி. கடைகள் முன் கிரிக்கெட் நேரடி ஒளிபரப்பு பார்த்து இந்தியாவின் தோல்விகளுக்கு, துக்கம் அனுஷ்டிக்கிறார்கள். மெட்ரோ ரயில் திட்டம் வந்தால் ஏற்படப்போகும் அனுகூலங்களைப்பற்றி சலிப்புடன் சலிப்பின்றிக் கதைக்கிறார்கள். ஏ.ஆர்.ரஹ்மானுக்கு ஆஸ்கர் கிடைத்ததைப்பற்றி விமர்சித்தால் ஏதோ தேசத்துரோகியைப் போல் பார்க்கிறார்கள்.

பெருத்த கூட்டத்தினையே வீதிக்கு வீதி இந்திக்காரர்கள் ஐந்தடிக்கு ஐந்தடி கடை போட்டு ச்சாட் ஐட்டம் விற்கிறார்கள். மலையாளத்தான் டீக்கடைகளில் நின்று ச்சாயா உறிஞ்சிக் கொண்டே செர்வீஸ் ஓரியன்டெட் ஆர்க்கிடெக்ச்சர் பேசுகிறார்கள். மேற்கத்திய இசையை நாசூக்காய் வழியவிட்டபடி கும்பலாய் உட்கார்ந்து பீஸ்ஸா அல்லது பர்கர் கடிக்கிறார்கள். கன்னடப் பட போஸ்டர்களைக் கண்டால் யார் ஹீரோ காமெடியன் வில்லன் எனக் கண்டுபிடிக்க கஷ்டப்படுகிறார்கள்.

மென்பொருள் நிறுவனங்களில் கணிப்பொறிகளின் எல்.சி.டி. திரையை முறைத்துப் பார்த்தபடி பாசாங்கு செய்கின்றார்கள். கால்செண்டர் பணியாளர்கள் பயம் அல்லது நப்பாசையுடன் நள்ளிரவு மணிகளை வாகனங்களில் கழிக்கிறார்கள். அலுவலக மடிக்கணிணியைத் தோளில் சுமந்துகொண்டு பேருந்துகளில் படியில் நின்று பயணிக்கிறார்கள். பிறந்த நாள், திருமண நாள், வயதுக்கு வந்த நாள் என்று ஏதாவது காரணத்துக்காய் பத்தாயிரம் செலவழித்து ட்ரீட் தருகிறார்கள்.

வார இறுதியில் மனைவி, காதலி அல்லது எக்ஸட்ராவுடன் ஏதாவது புதிய திரைப்படம் பார்க்க மல்ட்டிப்ளெக்ஸ் நுழைகிறார்கள். இடைவேளையில் சீருடை அணிந்த திரையரங்கச் சிப்பந்தியிடம் இருநூறு ரூபாய்க்கு பாப்கார்ன் வாங்கித் தின்கிறார்கள். உடன்வரும் ஜோடி புதிதென்றால் ஓடாத படங்களின் திரையரங்க இருட்டில் பிசுபிசுப்பாய்க் கரைகிறார்கள். படம் முடிந்தவுடன் டாய்லெட் தேடிப்போய்

ஆடை சீர்படுத்தி வெளிவந்து தத்தமது பத்தினித்தனங்களுக்குத் திரும்புகிறார்கள்.

ரிங் ரோடுகளின் வெண்ணெய் வழுக்கலில் பின்னே இறுக்கமாய் ஒரு குட்டி கட்டிப்பிடித்தபடி பைக்-களில் சீறிப்பாய்கின்றார்கள். நள்ளிரவு வரை விழித்திருந்து ஆங்காங்கே தடவியபடி காலே கால் கோப்பை மதுவை ரசித்து அருந்துகிறார்கள். ஊடுருவும் குளிருக்கு இதமாய் ஆண்களும் போட்டியாய்ப் பெண்களும் சிகரெட் புகையை நுரையீரலுக்கு அனுப்புகின்றனர். பப் மற்றும் டிஸ்கோத்தே தவிர்த்த சாமானியர்கள் இரவு பத்து மணிக்கு இழுத்துப்போர்த்தியபடி படுக்கைக்குச் செல்கிறார்கள்.

அதிகாலைக் குளிருக்குப் பழகிய மெனொப்பாஸ் வயதினர் சாக்ஸ் அற்ற ஷூக்களுடன் வாக்கிங் போகிறார்கள். ரிட்டையர்ட் ராணுவ ஆட்கள் வைகறையில் தும்பைப்பூ வெண்மையில் அரை ட்ராயர் அணிந்து ஜாக்கிங் போகிறார்கள். பத்து ரூபாய்க்கு சர்க்கரையிட்ட சாத்துக்குடிச் சாறு அல்லது சர்க்கரையற்ற கரும்புச் சாறு ரோட்டோரமாய் விற்கிறார்கள். குறுகிய பரப்பளவு கொண்ட பூங்காக்களில் குழந்தைகள் மற்றும் அணிற்பிள்ளைகள் சுதந்திரமாகத் துள்ளி விளையாடுகின்றன.

ரிலையன்ஸ், சுபிக்ஷா போன்ற கார்ப்பரேட் சூப்பர் மார்க்கெட்களில் டிஷர்ட் அணிந்த தமிழ்ப்பெண்கள் புன்னகையுடன் சில்லறை கேட்கிறார்கள். முடிதிருத்தும் கடைகளில் ஷார்ட் மீடியம் போன்ற உலகப் பொது மறைகள் வழி மொழி தாண்டிய சேவை புரிகிறார்கள். ட்ராஃபிக் போலீஸ்காரர்கள் லஞ்சப்பணம் வாங்கிக்கொண்டு நேர்மையுடன் சில்லறையைத் திருப்பித்தருகிறார்கள். ஆட்டோ ஓட்டுநர்கள் தமிழில் திட்டுகிறார்கள் - பேருந்து நடத்துநர்கள் கன்னடத்தில் திட்டுகிறார்கள்.

நெரிசல் மிகுந்த ட்ராஃபிக் சிக்னல்களில் களிமண்ணால் செய்த பொம்மை தெய்வங்களுக்கு சாயம் பூசி விற்கிறார்கள். விற்பனை இல்லாத வேளைகளில் குழந்தைகளை வைத்து கார் கண்ணாடி தட்டி பிச்சையெடுக்கிறார்கள். கூட்டமான

பேருந்துகளில் லோக்கல் பெண்கள் கைக்குழந்தைகளுடன் ஏறி பலவீன ஆண்களிடம் பிக்பாக்கெட் அடிக்கிறார்கள். கொஞ்சம் தைரியமுள்ளவர்கள் வீடு புகுந்து தனித்த பெண்களையும் கரன்ஸிகளையும் சூறையாடுகின்றனர்.

மற்றபடி பெங்களூர் அழகானது.

★

தலைப்பிலிருப்பது போல் பெங்களூருக்கு பகுபத உறுப்பிலக்கணம் எழுதியவன் நிச்சயம் மிகுந்த ரசனைக்காரனாக இருக்க வேண்டும். அதுவும் கள்ளுண்டு முயங்கும் பெண்களைப் பார்க்க வேண்டுமே - பெங்களூர் குளிருக்கு இதமாய் ("இவளுங்களை எல்லாம் வரிசையாய் நிறுத்தி வெச்சு ஒவ்வொருத்தரா ...க்கணும் மச்சி" என்பான் என் நண்பன். எனக்கு அதெல்லாம் ஒத்து வராது - இவ்விஷயத்தில் நான் சுத்த சைவம்).

பெங்களூர் வந்த புதிது. புத்தாண்டு பிறக்கும் நள்ளிரவைக் கொண்டாடும் முகமாய் நண்பர்களோடு பிரிகேட் ரோடு போயிருந்தேன். மிகுந்த கூட்டம் - ஜனம் ஆமை வேகத்தில் நகர்ந்து கொண்டிருந்தது. எல்லோரிடமும் செயற்கையான ஓர் உற்சாகம் கொப்பளித்தது - ஏதோ செலுத்தப்பட்டவர்கள் போலிருந்தார்கள். பொதுவாய் மிகப் பல கணங்களில் நாங்கள் நடக்கவே இல்லை - கூட்டமே எங்களை நகர்த்திச்சென்றது.

ஜோடியாய் உரசியபடி, எங்களுக்கு பக்கவாட்டில் நடந்து கொண்டிருந்த அந்த இளைஞனையும் இளைஞியையும் அப்போதுதான் கவனித்தேன். அவளுக்கு எத்தனை வயதெனத் துல்லியமாய்ச் சொல்ல முடியவில்லை - முந்தைய நிமிஷம்தான் ருதுவானவள் மாதிரி இருந்தாள். மிகச் சன்னமான மார்புகளும் அதற்குச் சற்றும் பொருத்தமில்லாத பருத்த பிருஷ்டங்களும் அவளை மற்றவர்களிடமிருந்து வித்தியாசப்படுத்தின.

ஊதினால் உதிர்ந்துவிடக்கூடிய அபாயத்துடனிருந்த ஒரு டாப்ஸை மேலேயும், நீங்களோ நானோ உள்ளாடையாய் அணியவே கூச்சப்படும் ஒரு வஸ்துவைக் கீழேயும்

அணிந்திருந்தாள் (ராம்சேனாக்கள் பரவலாகப் பரவாத காலகட்டம் அது). *Farrukh Dhondy* எழுதி *HarperCollins* பதிப்பித்த *The Bikini Murders* நாவலின் அட்டைப்படம் ஞாபகம் வந்தது. அவன்? பொதுவாய் நான் ஆண்களை வர்ணிப்பதில்லை; அல்லது கவனிப்பதில்லை.

அவள் எதிரே வந்த ஆண்களின் ஸ்பரிசத்திலிருந்து மிகத் திறமையாகப் பதுங்கி ஒதுங்கிச் சென்றாள். மீறி இடித்துச்சென்ற ஒருவனை "விலைமகள் மகன்" என நுனிநாக்கு ஆங்கிலத்தில் சப்தமாகத் திட்டினாள். அதற்குள் கூட்டம் சேர ஆரம்பிக்க, நாங்கள் அவர்களிடமிருந்து தூரமாய் வந்திருந்தோம். கருடா மாலில் தொடங்கிய எங்கள் பாதயாத்திரை ப்ரிகேட் ரோடு வழியாக எம்.ஜி.ரோடு வந்து சேர ஒரு மணி நேரம் பிடித்தது.

மதுக்கூடமிணைந்த ஒரு சைன சைவ உணவகத்துக்கு நாங்கள் வந்தமர்ந்து மெனு பார்க்கும் படலம் நடந்துகொண்டிருந்த போது, அவர்கள் உள்ளே நுழைந்தார்கள். அதே ஜோடி. அதே பெண். அதே ஆணாகத்தானிருக்க வேண்டும். காலியாயிருந்த ஒரே மேஜையான எங்களுக்கு அருகில் இருந்ததில் வந்து அமர்ந்தார்கள். எங்களைக் கடந்து போகையில் அவளிடமிருந்து *Midnight Poison*னின் அழுத்தமான சுகந்தம் வீசியது.

ஆர்டர் செய்த பின் ஒரு மணி நேரம் காத்திருக்கவேண்டும் என்பது சுலபமாய்ப் புரிந்தது. நான் எனது நண்பர்களின் அசட்டு அரட்டைகளிலிருந்து விலகி (அவ்வப்போது "ஆம்", "இல்லை" அல்லது "இருக்கலாம்" மட்டும்) அவர்களைக் கவனிக்க ஆரம்பித்தேன். அவள் எனக்கு எதிரில் கால் மேல் கால் போட்டு அமர்ந்திருந்தாள் (இங்கு நீங்கள் அவளது ஆடையலங்காரத்தை நினைவுபடுத்திக்கொள்ள வேண்டியது அவசியம்).

பேரர் ஆர்டர் எடுத்துச்சென்ற பின், அவன் நகர்ந்து அவள் அருகே, மிக அருகே, மிக மிக அருகே அமர்ந்து கொண்டான். அவளை விட வடிவான ஒரு கோப்பையில் அவர்களுக்கு மது வந்தது. அவன் புகட்ட, அவள் ஆரம்ப மறுப்புடன் உதடு

சுழித்துப் பின் மெல்ல உறிஞ்சத்தொடங்கினாள். மதுவும், சில நிமிஷங்களும் கணிசமாய்க் கரைந்திருந்த பொற்கணமொன்றில் அவன் அவள் தோளில் மெதுவாய்க் கைபோட்டான்.

சாலையில் இடித்தவனைத் திட்டிய அதே வசையால் அவனையும் திட்டினாள் - இம்முறை செல்லமாய். ஏதோ பாராட்டு மொழி கேட்டது போல் அவன் முகம் நிறைய சிரிப்புடன் தன் முயற்சிகளில் சற்றும் தளராது கருமமே கண்ணாக இருந்தான். அவள் ஆடை மறைத்திருந்த கால்வாசிக்கும் குறைவான பிரதேசங்களில் அவன் கைகள் அலைபாய்ந்து எதையோ நுட்பமாய்; ஆனால் பதட்டத்துடன் தேடிக்கொண்டிருந்தன.

அவள் அடிக்கடி அவன் கைகளைத் தட்டிவிட்டதில் எந்த எதிர்ப்பும் இருந்ததாகத் தெரியவில்லை. மதுவின் உபயத்தில் அவள் அடிக்கடி அர்த்தமின்றி சிரித்தாள். கண்களில் கொஞ்சம் போதையும் கொஞ்சம் தாபமும் வழிந்தது. அந்த மந்த விளக்கொளியில் ஒரு கிரேக்க தேவதைபோல் தெரிந்தாள். வெள்ளைத்தாளோ மடிக்கணினியோ அப்போது இருந்திருந்தால் எனது ஆகச்சிறந்த கவிதையை அப்போது நான் எழுதியிருக்கக்கூடும்.

அவன் பொதுவிடங்களில் அனுமதிக்கப்பட்ட செய்கைகளுக்கான எல்லைகளைத் தாராளமாய் மீறியிருந்தான். அவள் மெல்ல மெல்லத் தன்னை இழந்துகொண்டிருந்தாள். சுற்றிலும் சில அப்பாவி உயிரினங்கள் இருப்பதை அவர்கள் தற்காலிகமாய் மறந்திருந்தார்கள். பேரர்கள் அவர்களைக் கவனிக்க ஆரம்பித்தார்கள்; என் நண்பர்கள் அவர்களைக் கவனிக்க ஆரம்பித்தார்கள்; எல்லோரும் அவர்களைக் கவனிக்க ஆரம்பித்தார்கள்.

அதையுணர்ந்தாளோ என்னவோ சட்டெனத் தன்னை அவனிடமிருந்து விடுவித்துக்கொண்டாள். அவனிடம் மிகக் கடுமையாக ஏதோ சொன்னாள். சிறுநீரைப் பாதியில் நிறுத்தியவன் போல் அவன் முகத்தை வைத்துக்கொண்டான்.

அவள் அவனை சமாதானப்படுத்த முயன்றாள். எப்படியும் அன்றிரவு அவளை அவன் புணர்ந்து விடுவான் எனத் தோன்றியது. அதுவே அவளுக்கு முதல் முறையாக இருக்கக்கூடும் என நம்ப விரும்பினேன்.

அப்போது அவள் தன் கால்களை மாற்றிப்போட்டு அமர்ந்தாள். ஒரு கணம் - ஒரே கணம் தான். *Basic Instinct* திரைப்படத்தில் போலீஸ் விசாரணையின் போது *Sharon Stone* கால்கள் மாற்றிப்போடும் காட்சி நினைவுக்கு வந்தது. பேச்சின் நடுவே நண்பர்களிலொருவன் அவளைச் சுட்டிக்காட்டி கூப்பிட்டால் சுலபத்தில் கூட வந்துவிடுபவள் மாதிரி இருப்பதாய்க் குறிப்பிட்டான். எங்களுக்கு சூப் வந்தது. அவர்களுக்கு அடுத்த கோப்பை மது.

ஓர் இனம் புரியாத இரக்கம் அவளின்பால் ஏற்பட்டது.

(பிப்ரவரி 18, 2009)

சி. சரவணகார்த்திகேயன்

கிண்டி பொறியியல் கல்லூரியில் கணிப்பொறியியல் கற்று, தற்போது பெங்களூரில் மென்பொருள் துறையில் பணிபுரிகிறார். பிறப்பு 1984. ஊர் கோவை மற்றும் ஈரோடு. புனைவு, அபுனைவு, கட்டுரை, கவிதை வெளிகளில் 14 வயது முதல் இயங்கி வரும் இவர் இதுவரை 25க்கும் மேற்பட்ட நூல்களை (அச்சு மற்றும் மின் வடிவம்) எழுதியிருக்கிறார்.

2017ல் உயிர்மை வழங்கும் சுஜாதா விருது (இணையம்), 2019ல் திருப்பூர் இலக்கிய விருது (ஆப்பிளுக்கு முன் நாவலுக்காக), 2009ல் தமிழ் வளர்ச்சித் துறையின் சிறந்த நூல் விருது (முதல் நூலான சந்திரயானுக்காக) பெற்றவர். 2016ல் அகம் – பிரதிலிபி நடத்திய 'ஞயம் பட வரை' கட்டுரைப்போட்டியில் முதல் பரிசும், 2018ல் தினமணி– சிவசங்கரி சிறுகதைப் போட்டியில் ஆறுதல் பரிசும் (பெட்டை) பெற்றார். 2007ல் குங்குமம் இதழில் வைரமுத்து இவரது 'ஒருத்தி நினைக்கையிலே...'வை முத்திரைக் கவிதையாகத் தேர்ந்தெடுத்தார். 2014ல் சுகன்யா தேவி கோவை பாரதியார் பல்கலை.யில் செய்த முனைவர் ஆய்வுக்கு எடுத்த நூல்களில் இவரது 'பரத்தை கூற்று'ம் ஒன்று. 2015ல் அந்திமழை இதழ் 'நம்பிக்கை நட்சத்திரங்கள்' பட்டியலில் இடம் பெற்றார். 2019ல் சிங்கப்பூரில் சிறுகதைப் பட்டறை நடத்தி இருக்கிறார் (2019). இவரது 'மதுமிதா – சில குறிப்புகள்' கதை குறும்படமானது.

குங்குமம் இதழில் ச்சீய் பக்கங்கள் (2012), ஆகாயம் கனவு அப்துல் கலாம் (2015), விகடன் தளத்தில் ஹலோ... ப்ளூடிக் நண்பா! (2019), அம்ருதா இதழில் நொபேல் பரிசுகள் (2011) தொடர்களை எழுதினார். உயிர்மை, விகடன் தடம், ஆனந்த விகடன், குமுதம், தினமணி கதிர், காமதேனு, ஆழம், அகநாழிகை இதழ்களிலும் இவரது படைப்புகள் வெளியாகி இருக்கின்றன. 2015 முதல் 'தமிழ்' என்ற மின்னிதழை நடத்துகிறார். அதில் ஜெயமோகன், யுவன் சந்திரசேகர், பெருமாள்முருகன் மூவரையும் நீண்ட நேர்காணல் செய்துள்ளார். திருக்குறள் காமத்துப் பாலுக்கு ஏற்கெனவே குறுங்கவிதை வடிவில் உரையெழுதியுள்ள இவர் தற்போது கம்பராமாயணத்துக்கு தினமும் ஃபேஸ்புக்கில் உரை எழுதி வருகிறார்.

தொடர்புக்கு:

c.saravanakarthikeyan@gmail.com

http://www.writercsk.com/

https://www.facebook.com/saravanakarthikeyanc

https://twitter.com/writercsk

https://www.instagram.com/writercsk/

புத்தகங்கள்

புனைவு

- கறுப்பு சிவப்பு வெளுப்பு – 2021 [குறுநாவல்] – மின்னூல்
- 69 – 2021 [நுண்கதை]
- கிருமி – 2021 [சிறுகதை]
- கன்னித்தீவு – 2019 [நாவல்]
- மியாவ் – 2018 [சிறுகதை]
- ஆப்பிளுக்கு முன் – 2017 [நாவல்]
- இறுதி இரவு – 2016 [சிறுகதை]

அபுனைவு

- மும்மூர்த்திகள் – 2019 [நேர்காணல்]
- 96: தனிப்பெருங்காதல் – 2018 [திரைப்படம்]
- ஃபீனிக்ஸ் கனவுகள் [ஆகாயம் கனவு அப்துல் கலாம்] – 2016 [அறிவியல்]
- ச்சீய் பக்கங்கள் [வெட்கம் விட்டுப் பேசலாம்] – 2014 [வரலாறு]
- குஜராத் 2002 கலவரம் – 2014 [வரலாறு]
- சந்திரயான் – 2009 [அறிவியல்]

கட்டுரை

- மீயழகி – 2021 [பெண்கள்]
- ஜோல்னா பை – 2021 [இலக்கியம்]
- மக்களின் அபின் – 2021 [அரசியல்]
- கற்பதுவே கேட்பதுவே கருதுவதே – 2021 [ரசனை]
- அம்பேத்கர் பெரியார் அயோத்திதாசர் – 2021 [அரசியல்]
- ஒரு கோப்பை பிரபஞ்சம் – 2019 [ரசனை]
- அநீதிக் கதைகள் – 2019 [சமூகம்]
- இந்தி தேசிய மொழியா? – 2019 [அரசியல்]
- ஐ லவ் யூ மிஷ்கின் – 2019 [திரைப்படம்]
- கிட்டதட்ட கடவுள் – 2013 [அறிவியல்]

கவிதை

- ரதி ரகசியம் – 2019 [உரை]
- தேவதை புராணம் – 2012 [காதல்]
- பரத்தை கூற்று – 2010 [சமூகம்]

கட்டுரை – ஆங்கிலம்

- Girls, Goddesses & Gentlewomen – 2020 [Experience] – Kindle

www.ingramcontent.com/pod-product-compliance
Lightning Source LLC
LaVergne TN
LVHW040822051026
849519LV00007BA/2705

AF741544

कमलाकृति

(कविता संग्रह)

कमलाकृति

संपादक : सुधा चौबे

प्रलेक प्रकाशन

* सर्वाधिकार सुरक्षित

प्रकाशक की लिखित अनुमति के बिना इस प्रकाशित पुस्तक का कोई भी अंश, किसी भी रूप में या किसी भी प्रकार से इलेक्ट्रॉनिक, मशीनी या फोटोकॉपी या रिकॉर्डिंग द्वारा प्रतिलिपित या प्रेषित नहीं किया जा सकता। इस पुस्तक में लिखित सामग्री लेखक के अपने विचार हैं, जिसके लिए प्रकाशक उत्तरदायी नहीं होगा।

प्रलेक प्रकाशन

PRALEK PRAKASHAN

(an Imprint of "PRALEK PUBLISHING HOUSE PVT. LTD.")

मुख्य कार्यालय : 702, जे-50, ग्लोबल सिटी, विरार (वेस्ट), मुम्बई, महाराष्ट्र-401303

दिल्ली एनसीआर ऑफ़िस पता : 03/सी, ज्ञान खण्ड-4 इंदिरापुरम गाजियाबाद, उ.प्र.-201014

E.mail : pralek.prakashan@gmail.com

Website : www.pralekprakashan.com

दूरभाष : +91 7021263557

कमलाकृति संपादक : सुधा चौबे

Kamlakriti : Edited by : Sudha Chaubey

ISBN : 978-93-5869-31-64

प्रथम पेपरबैक संस्करण : 2025

© : **कमला पाण्डेय**

आवरण एवं पुस्तक सज्जा : प्रलेक स्टूडियो

(प्रलेक प्रकाशन का लोगो मिक्की पटेल की तूलिका से।)

सम्पादक की कलम से

ध्यानमूलं गुरोर्मूर्तिः, पूजामूलं गुरोः पदम्।
मन्त्रमूलं गुरोर्वाक्यं, मोक्षमूलं गुरोः कृपा।।

इस जगत् में परमात्मा की अनुमति के बिना कुछ भी संभव नहीं है, अपने अध्ययन काल 2021 में गंगारत्न आचार्या कमला पाण्डेय से मुझे अध्ययन करने का सौभाग्य प्राप्त हुआ उनके अध्यापन शैली और विषय पर गहरी पैठ से मैं अत्यन्त लाभान्वित हुई। अपने सहज आत्मीय व्यवहार से गुरुवर्या ने मुझे अन्दर तक प्रभावित किया। उनका कवि हृदय रह रहकर हमें कोमलता की गहराइयों तक ले जाता है। गुरुवर्या मूलतः संस्कृत की कवि हैं तथापि महाविद्यालय के सर्जना मञ्च में उनके उद्‌गार हिन्दी भाषा में भी प्रकट होते थे। इसके साथ–साथ उन्होंने ग्रन्थों का हिन्दी काव्यानुवाद भी किया है। आवश्यकता पड़ने पर छात्र-छात्राओं के लिए महाकवि कालिदास के श्लोक का भी काव्यानुवाद उन्होंने प्रस्तुत किया है जिनका सन्निवेश इस कविता संग्रह में किया गया है। अपनी कालजयी रचना 'रक्षत गङ्गाम्' संस्कृत महाकाव्य में यद्यपि उन्होंने स्वयं ही हिन्दी अनुवाद प्रस्तुत किया है तथापि अत्यधिक संवेदनशील स्थलों में उनका अनुवाद काव्यात्मक हो गया है। इसके अतिरिक्त कवयित्री ने आन्तरिक संवेदनाओं को शब्दों में मुखरित करते हुए सामाजिक, पारिवारिक, आध्यात्मिक इत्यादि पहलुओं को भी अभिव्यक्ति प्रदान की है। यह मेरा परम सौभाग्य है कि कवयित्री के उद्‌गारों को मैंने सम्पादित कर कमलाकृति का आकार दिया है। इस सत्कार्य के लिए सर्वप्रथम गुरुवर्या आचार्या कमला पाण्डेय, पूर्व संस्कृत विभागाध्यक्षा (वसन्त कन्या महाविद्यालय कमच्छा, वाराणसी) के प्रति प्रणति समर्पित करते हुए वर्तमान संस्कृत विभागाध्यक्षा डॉ. शान्ता चटर्जी, डॉ. मंजू कुमारी (सहायक

आचार्या- वसन्त कन्या महाविद्यालय) प्रो. जया मिश्रा, डॉ. पुष्पा त्रिपाठी, डॉ. सुरारी पाण्डेय एवं अन्य गुरुजनों के प्रति आभार व्यक्त करती हूँ।

ऐसे पुण्य कार्य तब तक संपन्न नहीं होते जब तक परिवार का सहयोग प्राप्त न हो सदा मेरी सहायता को तत्पर मेरे दादाजी, माता-पिता के चरणों में नमन करती हूँ एवं उत्साहवर्धन हेतु अपने भाई, बहन, मित्रों के प्रति धन्यवाद ज्ञापित करती हूँ।

इस संग्रह में मौलिक और अनुवाद दोनों प्रकार की विधा का संयोजन है। मुझे आशा ही नहीं पूर्ण विश्वास है की कवयित्री की आत्म चेतना कमलाकृति का आकार लेकर साहित्य के अध्येताओं को आह्लादित करते हुए समुचित दिशा निर्देश प्राप्त करेगी।

चरैवेति चरैवेति

चलते रहने में जीवन है, स्पन्दन है, श्रेयस् है, संतोष है, इसलिए प्राच्य वैदेक मनीषा हमें सदा चलते रहना सिखाती आई है। ज्ञानधारा का यह पवित्र प्रवाह सदा चलता रहता हुआ पुष्ट परम्परा को पोषित करता है। जैसे श्रीगङ्गा चिर पुराणी होते हुये भी चिर नवीना हैं वैसे ही गुरु की शिष्यपरम्परा गौरवशालिनी ज्ञानधार को तरो ताजा रखती है। चिरायुष्मती सुधा जी भी इसीशृंखला की एक कड़ी बन रहीं हैं। मूलतः संस्कृत की समाराधना में आकण्ठ डूबी कवयित्री (कमला पाण्डेय)के मातृभाषा हिन्दी में अभिव्यक्त उद्गार कनीयसी सुधा के सुधामय हृदय में पढ़ते ही उतर गये। तभी तो उन्होंने उन छिटपुट बिखरी कविताओं को संग्रह करने का मन बनाया। मुझे गौरव का अनुभव हो रहा है कि इस संग्रह के प्रकाशन का दायित्व प्रलेक प्रकाशन ने लिया है। मैं सम्पादक और प्रकाशक-दोनों के इस सारस्वत प्रयास का अनुमोदन करते हुए उन्हें आशीर्वाद प्रदान करती हूँ। सम्पादक, प्रकाशक और लेखक की यह त्रित्रयी साहित्य जगत को समृद्ध करती रहे यह शुभकामना है -

कमला पाण्डेय

वाराणसी
१०.१.२०२५

अनुक्रमणिका

अनन्त प्रणाम हे राम!

राम तुम्हारी अनन्य प्रीति को
नहीं आँक पाया यह संसार;
पत्नी निर्वासन कलङ्क से-
लाञ्छित करता बारम्बार;
अब अन्तस् में लहराती निष्ठा का कहीं नहीं सम्मान,
बाहरी चकाचौंध में सबका उलझ गया है ध्यान,
मन में बैठी कोमलता करुणा और स्नेह का,
नहीं किसी को भान,
ऊपरी चाटुकारिता को मिला सभी का मान
हे लोकरञ्जक, साधारण से रजक के आक्षेप को तुमने
माना इतना महान् राजमहल की वासिनी को
दिया सीमान्त वन में स्थान!
आश्रमनिवासिनी ने पाकर ऋषि से त्राण
लगा कर जी-जान
किया लालन-पालन
तुम्हारी प्रतिमूर्ति का
तुम्हारी सन्तानों का
तुम झेलते रहे उम्रभर
परिताप पिया वियोग का
और पाते ही जा रहे हो

आज तक इतिहास से-
पत्नी तिरस्कार का लाञ्छन;
क्या इस प्रेम रहस्य का
हुआ किसी को ज्ञान
प्रिया के लाञ्छन को धो
ओढ़ ली प्रिय ने चुपचाप
सारी वञ्चनायें स्वयम्
इसीलिये तो तुम हो लोकाभिराम हे राम!
तुम्हें अनन्त प्रणाम!

❖❖❖

तुलसी विवाह मङ्गल

कृष्ण के प्रेमपगी इक ग्वालिन राधा के शाप मही उतरानी
माधवी धर्म ध्वजा नृप की दुहिता सुहिता बहुभांति सयानी।
नारि न कोई समान नहीं नर रूप अनूप धरी अतुलानी।
आज करो हमरे सब मङ्गलकाज ए हो तुलसी महारानी।।१।।
सुन्दर कान्त मिले गुणवान किये तप उग्र नहीं अकुलानी
देखि लिलार कहा विधि ने दनुपुत्र वरे तुमको अति मानी।
किन्तु नारायन चित्त में वास की बात विधाता विशेष बखानी
आज करो हमरे सब मङ्गलकाज ए हो तुलसी महारानी।।२।।

शाप लिए बृषभानलली को पधारे धरा पर गोप सुदामा
वीरता और पराक्रम से पहचाने गये शङ्खचूड़ के नामा।
देखि नारायन के अनुरूप स्वरूप भई दनुजेश्वर वामा
ए हो दया हुलसी तुलसी तुम काज करो हमरे अभिरामा।।३।।

वृन्दा पती का पराक्रम देख के देव सभी भयभीत हो कांपे
जीत सके न बली शङ्खचूड़ को दूर ते ही रण छोड़ के भागे।
पातिव्रत-तप-तेज से उज्ज्वल भाल विलोकि खड़े रहे थाके
हे महिमामयी भामिनी ! मङ्गल काज करो तुम आज सभी के।। ४।।
आय कह्यो छलिया हरि ने कछू देव हमें महाराज सुदानी
दीन्होअभेद्य कठोर कवच शङ्खचूड़ तुरन्त महाअभिमानी।
विष्णु ने कृष्ण किये निज कर्म कियो व्रतभङ्ग कँपी सिहरानी

हे कपटी बनो काली शिला कह देह दही परिताप समानी।।५।

कृष्णकी प्रेमतरङ्गिणी गण्डकी निर्झरिणी बहती बन पानी
केश भये लघु पादप तो हरियाली भरी धरती हरसानी।
सालिगराम बने हरि पाथर भीग रहे मन मानि गलानी
श्यामल पात के गात लसी करो मङ्गल हे तुलसी महारानी।।६।।
मञ्जुल मञ्जरि से विलसी तुमने जगके दुःख-वारण ठानी
दूर किए सब रोग सँजीवनी भेषजरूप में औषधि धानी।
पौधों की पाँत सजी भलीभाँत जो वृन्दावनी कहि जात सुहानी।
श्यामल पात के गात लसी करो मङ्गल हे तुलसी महारानी।।७।।
सालिगराम बने दुलहा तुलसी दुलही ह्वै रही सकुचानी।
कार्तिक मास सुदी तिथि ग्यारस ब्याह रच्यो कहें लोग कहानी।
होत विवाह महोत्सव शास्त्र विधान बखानत हैं बुध ध्यानी
श्यामल पात के गात लसी करो मङ्गल हे तुलसी महारानी।।८।।
शङ्खचूड़ भये शङ्ख औश्तुलसी तरू पवित्र।
लीला निरखि चकित भये दोनों परम विचित्र।।९।।
पाञ्चजन्य के नाम ते शङ्ख लियो हरि हाथ
हरषित ह्वै तुलसी चढ़ीं अपने पिय के माथ।।१०।।

❖❖❖

तुम इतने अच्छे क्यों हो?

तुम इतने अच्छे क्यों हो;
कि हमेशा मेरे विचारों में घूमते हो,
उदात्त भावनाओं के शिखर में पहुँचाकर मुझे
तुम्हारे ललाट का
वह स्नेहिल चुंबन
हृदय की गहराइयों में
जाने कहाँ छुप गया?
लगता है वह नहीं रहने देगा
मेरे हृदय को मेरे पास अब
दूर ले जाएगा मातृत्व की
द्रवधारा में उसे बहा कर
क्या तब हृदयहीन हो जाउंगी मैं?

❖❖❖

केवल तुम

मेरी प्रिय छात्रा ने
कभी मुझसे पूछा था,
संसार की सबसे पवित्र वस्तु क्या है?
पढ़ दिया मैंने संस्कृत का एक श्लोक
रटा - रटाया
हँस पड़ी जिसे सुनकर वह
और बोलीं "मैं माँ हूँ"
लगता है मुझे दुनिया में सबसे पवित्र
मेरा लाल
मेरे तो ऊसर मन में ममता का पौध लगाकर
क्या तुमने मुझे नहीं समझाया
कि संसार की सबसे पवित्र वस्तु
तुम हो,
केवल 'तुम'

❖❖❖

क्या स्वयं मुझे पकड़ने के लिए?

जिन्दगी की कंकरीली पथरीली
जमीन पर चली जा रही थी मैं अकेली
रख रही थी अपने पांव को संभाल कर
ऊबड़ - खाबड़ रास्तों में;
तभी तुमने खींचा मेरा आंचल
पीछे से उस मृगशावक की तरह
जो उलझा था कभी शकुन्तला के उत्तरीय से
और कर रहा था मूक प्रश्न
कहां जा रही हो?
मुड़कर देखा मैंने
तुम्हारे मुस्कान भरे भोले मुख को
पकड़ाया अपना हाथ तुमने मुझे;
क्या स्वयं मुझे पकड़ने के लिए?

❖❖❖

मौन

ना मैं पीड़ित हूँ
ना दुःखी
और ना क्षुब्ध
मैं तो
तुम्हारे
अकथ्य कथ्य को
सुनकर
केवल मौन हूँ।

❖❖❖

भाव स्रोतस् बन

यह कुछ और नहीं
मेरे मानस सरोवर में
प्रतिबिम्बित
तुम्हारा ही सौम्य ज्योतिर्मय स्वरूप है;
टिमटिमाता वह दीप है
प्रदीप हो उठा है जो
तुम्हारी प्रेरणावर्तिका से
अनुगूंज है तुम्हारी मधुर ध्वनियों की
मचल उठी है जो
मूक भावों को वाणी देने के लिए;
वह दिव्य रसायन है,
पिलाया था तुमने अपने नेत्र सम्पुटों से जिसे;
उतर कर मेरे हृदय गह्वर में
अब फूट निकला है भाव स्रोतस् बन।

❖❖❖

जलस्रोत

महानदी जब नहीं सींच सकी
खेतों को;
दे न पाई हरियाली उन्हें
तो लघु जल स्रोत से क्या आशा?
किन्तु महानदी को आना है
लम्बे चौड़े रास्ते पार कर
और समेटना है अपने में
बीच में मिले दोषों को;
प्रदूषणों से दूषित विष से मलिन
स्वयं हो चुकी है जो,
कैसे दे सकती है,
अमृतदान खेतों को
स्रोत लघु ही सही
पर है निर्मल, स्वच्छ
जितनी दूर सींच पाएगा अमृत जल से
फैलेगी उतनी दूर तो सुरम्य हरियाली।

❖❖❖

मोती

आह! स्वाति की बूंद
बिछुड़ गई क्यों बादलों की गोद से;
गिर पड़ी क्यों उस खारे पानी में
जहां उसकी सरसता की पहचान न थी
क्षुब्ध हुई
व्यथित हुई और कराह उठी
पर कह कुछ न पाई वह;
किससे कहूँ क्या कहूँ की
उधेड़बुन में ही
जा बैठी एक सीप के अन्दर
बन्द हो उसके कञ्चुक में
अपनी अन्तर्व्यथा को
चुपचाप सहते- सहते
पिघलती पीड़ा को समेट
न जाने कब
बन गई मोती।

❖❖❖

अपना राम

वानर!
तुमने अपने अन्तस् को
नखों से भेद कर
दिखाया था कभी
अपने राम को;
मैं तो नर हूँ
मौन मुखर हूँ,
प्राणों के स्पन्दन में,
सांसो की धड़कन में,
रोमों की पुलकन में,
नेत्रों के कोनों से
ढलती मुक्ताओं में
प्रतिबिम्बित भावों में
रमते रमय्या को
कैसे दिखाऊँ
कैसे समझाऊँ
बिखरते शब्दों में
हृदय के दर्पण में
प्रतिबिम्बित स्व मुख में
देखती रहती हूँ मैं

अपने राम को
ढूंढती रहती हूँ उसे
अपनी परछाई में।

❖❖❖

तुलसी का विरवा

घर के आंगन में
छोटे से गमले में
बो बैठी थी मैं
एक बीज तुलसी का
सींच रही थी उसे अमृत जलधार से,
फूट उठा अंकुर
उग आया लघु पादप
देख जिसे उमड़ा
ह्लाद उर में मेरे
स्नेह के ज्वार से
नहीं उखड़ पाया वह
घृणा की आँधी से
सूख भी न पाया अहो!
क्रोध के उत्ताप से
मुरझा न सका वह
द्वेष की ज्वाला से
क्लिन्न भी न हो पाया
राग अवलेप से।
हरियाली लिए हुए
पावन स्वच्छता की
लहराता रहा सदा मञ्जू भाव समीर से

हंसता इठलाता सा
वह विरवा तुलसी का
आज भी खड़ा है
वही जगमग करता हुआ
सींचा जिसे था
मैने सतत नेह नीर से
ममता की रसधार से।

❖❖❖

नहीं के लिए

मैत्रेयि
पूछा था तुमने एक बार
याज्ञवल्क्य से अमरता के विषय में;
विस्मित हुए ऋषि तुम्हारी जिज्ञासा पर
कहने लगे थे वे
कहानी दुनियादारी की
लेन और देन की
विक्रय - विनिमय की
और समझाने लगे इस गूढ़ जीवन सत्य को
पुत्र की अभिलाषा पुत्र के लिए नहीं
पत्नी की अभिलाषा पत्नी के लिए नहीं
पति की अभिलाषा पति के लिए नहीं
सब कुछ है प्रिये!
केवल निज के लिए
यह आत्मज्ञान ही
अमरता का सार है
किंतु क्या किसी ने देखा है
उस पार भी आत्मा की परितृप्ति के
जहां कोई चाह नहीं
न ही लेने देन न विक्रय - विनिमय
और न कोई अभिलाषा

नहीं के लिए ही केवल है
सब कुछ वहां

❖❖❖

तुम्हारे स्वरूप में

सम्पूर्णता के अतल तल में
उतरकर पाया मैंने कुछ अनुपम आनिर्वाच्य
भुला न पाऊंगी जिसे जीवन पर्यन्त
समर्पित कर दूंगी
निज को उसके लिए
तपोमय;
तेजोमय;
ओजोमय हे!
आलोकित हो तुमसे
बन बैठी महीयसी मैं
अनुभव कर तुम्हें
बन पाई ओजस्विनी
और वह तपस्विनी
देख लिया जिसने
अपनी प्रचुर-पुण्यों को
तुम्हारे स्वरूप में।

❖❖❖

अनुपम उपहार

सरोवर के कोने का पंक-निचय
कर रहा था अशान्त
अपनी तीखी दुर्गंध से सम्पूर्ण परिवेश को;
उद्भव हुआ वहीं
एक स्वच्छ, कोमल, निर्मल, पावन पुष्प का
झूमता रहा सदा निर्लिप्त हो
सर्वदा खिलता रहा सानन्द जो
सुरभित करते हुए दिगन्त को;
उसके मकरन्द से हुआ
प्राणों में संचार मधुपों के
गुनगुनाने लगे थे वे
मधुर गीत जीवन के;
देख विस्मित हुए
प्रकृति के विलास को
जिसने दिया जग में
एक अनुपम उपहार
पंकज के रूप में।

❖❖❖

वटबीज

वटबीज!
छोटे से गमले में सीमित हो
न हो इतना मग्न की विधाता भी पछताने लगे
तेरी मूढ़ता पर
मांगा था जिससे तूने
विशाल वटवृक्ष बनने की
उस अपार क्षमता को
जो फैलाये अपनी जड़ों को
अतल गहराइयों में
लहराये शाखाओं को
आकाश के अनन्त छोर तक;
वास करें नाना विहग
डाल - डाल पर जिसके
पायें चरम विश्रांति आतप से
परिश्रांत पथिक
जिसकी सघन छाया में।

❖❖❖

उतरो इस धरा पर आज

हे परात्पर परब्रह्म राम!
उचित है क्या तुम्हारा
योगियों शान्त चित में रमते रहना?
जब स्वर्ग से गरीयसी और वह महीयसी
तुम्हारी जन्मभूमि भरी हो चीत्कारों से
रक्त की फुहारों से,
हे ओजोमय मर्यादा पुरुषोत्तम!
सागर के प्रशान्त परिवेश में
नीरव ऊर्मिमालाओं के बीच सुकोमल शेषशय्या पर
योग निद्रा के व्याज से आंखें मूंदे रखना,
क्या अनुचित नहीं?
जब हरी जा रही हो तुम्हारी ही प्रेयसी पृथ्वी
ले जाई जा रही हो हिरण्याक्षों द्वारा रसातल में और
लक्ष्मी से भी दबवाते रहना श्री चरणों को अपने
क्या शोभावह है तुम्हारे लिए?
जब भूख से विलख मां की सूखी छाती से चिपक
सो चुकी हों नन्हीं सन्तानें सदा के लिए,
तुमने तो जन्म लिया था रामलला!
अभिराम अवधपुरी में जगमगाते रहते थे
दीप खुशियों के जहां,
किन्तु रुके कहां तुम वहाँ चल पड़े बालपन में

ऋषि के साथ यज्ञ की रक्षा के लिए
रखते ही पैर यौवन की देहली पर नवोढ़ा को साथ लिए
बढ़ गये वन की ओर
लोक रावण के वध के लिए
हे सत्यप्रतिज्ञ!
भूल गये क्या आज
अपनी उस प्रतिज्ञा को
दुष्टों के संहार की
सन्तों के परित्राण की धर्म के संस्थापन की?

देखो, तुम्हारी जन्मभूमि में
रक्तबीजों की तरह फैलते अनन्त रावण
लील रहे मानवता को असंख्य वदनों से,
रुला रहे हैं बारम्बार उसे
हे लोकाभिराम श्रीराम!
नहीं भोगा जाता नाथ!
यह सन्त्रास
नहीं सहा जाता प्रभो!
यह परिताप

छोड़ निभृत एकान्त आकर
इस भीड़ में सुनो यह आर्तनाद
हे रघुनाथ!
अपनों के परित्राण हेतु
उतरो इस धरा पर आज

❖❖❖

धनुर्धारी बनने के लिए

कौशलेश राम!
मांगे थे पहले पांच गांव पाण्डवों के लिए दुर्योधन से
मुरलीधर बन कर
तुमने;

कहां मिले वे तुम्हें?
लौट आये तुम सुनकर यह
सुई की नोक बराबर भूमि भी
नहीं मिलेगी युद्ध विना
तब लगा था तुम्हें
नहीं सुनाई जा सकती है
मुरलीधुन दुर्योधन को;
बने तुम चक्रधारी दिला सके तब
सम्पूर्ण राज्य पाण्डवों को
सुनो; आज भी
तुम्हारी जन्मभूमि पर खड़े हैं
नाना दुर्योधन यही कहते हुए
ललकार रहे हैं तुम्हें
धनुर्धारी बनने के लिए।

❖❖❖

अयि चिन्मयि

वैसे तो तुम दिखती हो
सामान्य सी
एक बहती नदी
किन्तु
हृदयगोमुख से फूटा
भावस्रोतस
तुम्हारी लहरों के साथ
एकाकार हो
तरङ्गित हो
प्रशान्त हो
बहने लगता है जब

और जब तुम
ऊर्मिहरत्तों से
मुख के
अवगुण्ठन को
धीरे से सरका कर
हंसती हुई
बुलाती हो मुझे
तब दिखती हो सब ओर

तुम ही तुम
अयि चिन्मयि

❖❖❖

मुखौटों की खोज

एक अदद आदमी की तलाश की
तमन्ना लिये
मैं पहुँची उस भीड़ में
जहां चारों ओर
मुखौटे ही मुखौटे
नज़र आ रहे थे -
तमाम कोशिशों के बाद
बड़ी सूझ-बूझ से
जब मैं पा सकी
एक अदद आदमी को-
तो मैंने देखा चारों तरफ से
लोगों को मेरी ओर
शङ्का से देखते और
तर्जनी दिखा-दिखा कर
बड़े खौफ़ से पूछते
देखो यह अजूबा कौन?
मैं जानती हूँ मुखौटों को
देखने की अभ्यस्त वे आँखें
एक अदद आदमी के

ईमानदार चेहरे पर
मुखौटा ढूंढ रही थी।

❖❖❖

तलाश

कब से भटक रही हूँ हे महावृक्ष!
तुम्हारी सघन छाया की
तलाश में;
दोपहर की कड़ी धूप में
सूरज की तीखी किरणों से
झुलस जाते हैं मेरे अङ्ग अङ्ग
तब चल पड़ती हूँ
हे महावृक्ष!
तुम्हारी शीतल छाया की तलाश में;
कब से धूल भरे ववण्डर में जब दूसरे वृक्ष
अपनी जड़ों को कमज़ोर पा जुट जाते हैं शाखाओं से
और नहीं दे पाते छाया पथिकों को;
तब पुनः चल पड़ती हूँ मैं
हे महावृक्ष!
तुम्हारी स्निग्ध छाया की तलाश में;
कब से मन्द समीर की
गुलाबी गमक ले जाती है उपवन में मुझे
वहाँ झाड़ी में फंस कर
हो जाते हैं
मेरे वस्त्र तार-तार
तब पुनः चल पड़ती हूँ

हे महावृक्ष!
तुम्हारी सुखद छाया की तलाश में;
कब से भटक रही हूँ हे महावृक्ष!
तुम्हारी सघन छाया की तलाश में;

❖❖❖

हे शिलाखण्ड

हे शिलाखण्ड!
मत समझो कि तुम अचेतन हो
तुम तो धन्य हो बन्धु!
सायुज्य पा कर स्वर्धुनी का;
तुम्हारे ही गह्वर से तो है
उद्‌गम उनका हे गोमुख!
तभी तो तुम चिन्मय धाराओं से
सिक्त हो, मुक्त हो
बैठे हो निःस्पन्द
मैं तो स्पन्दित प्राणों में भी
पा न सकी सायुज्य मां का;
अचेतन हो भटकती रही हूँ
आज तक
और न जाने कब तक
भटकती ही रहूँगी
इसी तरह...

❖❖❖

जैसे कुछ हुआ ही न हो

प्रिय!
जब चारों ओर
अमा का काला अंधेरा
गहराता ही चला जाता है;
तुम अपनी चमकीली किरण को
रात के डिब्बे में बन्द कर
ऐसे कहां छिप जाते हो
जैसे कुछ हुआ ही न हो,
स्वार्थमदिरा में घूर्णित उन्मादी भीड़
आपसी गुत्थमगुत्थी में उलझ कर
गंवा देती है अमूल्य क्षणों को जब,
तुम कुछ चुनिन्दे परिन्दों को
अपनी बहुमूल्य थाती सौंप
ऐसे क्यों खो जाते हो
जैसे कुछ हुआ ही न हो;
जब क्रूरता के चाबुक से चिथड़ी होती गाय
जोर-जोर से रम्भा कर
बुलाती है तुम्हें;
कोमल भीगी पलकों में बेबसी की
झीनी चादर से लिपटे तुम
ऐसे क्यों बैठे रहते हो

जैसे कुछ हुआ ही न हो आओ

आओ अब तुम मेरे पास एकबार
न खेलो यो
लुका-छिपी का खेल
सुख-दु:ख बांटने के लिए।

❖❖❖

रिक्ति

पुष्पगुच्छों को पाणीपल्लव में थामे
कोमल हरी लता सी
ज्योतिर्मय प्रदीप पकड़े
कर्मनिष्ठा की ज्योति शिखा सी
महामनीषी के चित्र को
बारम्बार सजाती मूर्तिमती सज्जा सी
सभा की श्रृंगार सी
तुम्हें देख अन्तर में उठी
तीखी चुभन ने पलकों को भिगोया
अश्रुजाल में कैसे रह पाऊँगी
तुम्हारे बिना मैं कैसे सह पाऊँगी कैसे
विछोह की विकलता को
पूरा भी करूँगी कैसे लाडली की रिक्ति को....

❖❖❖

हे महाप्राण! क्यों मौन हुए

हे महाप्राण! क्यों मौन हुए
यों वसुन्धरा में लीन हुए
तुमने इस पृथ्वी में आकर
मुखरित हो कर क्या नहीं किया;
सोई हृत्वन्त्री को छु कर
नव राग तुम्हीं तो छेड़ चले
नव ताल, छन्द, गीत, लय सुनते
हे महाप्राण! क्यों मौन हुए
अपने स्नेहिल दृग नीर लिये
जिसके स्वागत में सदा खड़े;
उन कोमल स्निग्ध पादपों को
यों आज तृषित क्यों छोड़ चले?
क्यों उदासीन मुख मोड़ चले
हे महाप्राण! क्यों मौन हुए
तुमने 'वसन्त' का सृजन किया
नूतन पल्लवश्रृंगार किया;
नित नव पुष्पों का गुच्छ,
तुम्हारे कर कमलों में झूम उठा
तुम आज उसे क्यों भूल चले।
हे महाप्राण! क्यों मौन हुए
अपनी लम्बी शाखाओं में

ममता के बच्चों को बांधे;
तुम धरती के अन्तःस्थल में
आधार बने बैठे रहते
क्यों आज जड़ों से टूट चले
हे महाप्राण! क्यों मौन हुए
गुलमोहर, गुलाब व अमलताश,
बेला, चम्पा, गुड़हल, पलाश
ये आज सभी दिखते उदास
मुरझाये हैं और झुके हुए
स्नेही! तुम कैसे कुपित हुए
हे महाप्राण! क्यों मौन हुए।
रंगों के हास-विलास भरे
ये मधुर चषक क्यों टूट गये
खारे आंसू की बूंदों से
हृत्पात्र सभी के भरे हुए
झकझोर सभी के अन्तस् को
हे महाप्राण! क्यों मौन हुए

वीरान पतझरों से घिरते
छाया की कोमलता खोते
आंसू जैसे पीले पत्ते
सूखे - सूखे हो कर गिरते
अपने वसन्त को देखो फिर
देवाचन श्लोक पथिक तुम हे।
हे महाप्राण! क्यों मौन हुए

❖❖❖

तुम आज अचानक क्यों छूटी?

वात्सल्यमयी मातृत्वमयी हे महीयसी! तुम क्यों रूठी।
अपनी वसन्त-कन्या से मां! तुम आज अचानक क्यूँ छुटी?
हे तपोमयी! जीवन भर जिस विद्याधन को तत्परता से
एकत्र किया उस अनुपम को तुम आज बांटने कहां गई?
षड्रस व्यञ्जन नवरस कविता, दोनों की तुम अविराम उत्स;
सज्जित कर कर - कमलों से नित प्रस्तुत करती सौन्दर्यमयी,
संसारमञ्च में सजी धजी उतरी थी प्रकृति नटी सी तुम;
कैवल्य भाव के बोध हेतु क्यों पंगु पुरुष को छोड़ चली?
अथवा दाम्पत्य मिलन-सुख को पलकों में बन्द किये पुलकित
पति के स्वागत में स्वर्गद्वार खोलने हेतु अग्रसर हुई।
हनुमन्त लाल की सेवा में तन-मन-धन से अर्पित हो कर
देवार्चन करते-करते क्यों देवाचन लोक राह पकड़ी?
तुम मन-ही मन कब से थी माँ। साकेत-धाम की ओर खिंची
अपना स्नेहिल अञ्चल समेट चुपके से क्यों मुख मोड़ चली?
अत्तर्यामी से पाशमुक्ति क्यों माँगी इतने अन्तर से;
तुम पाशमुक्त हो कर हमको इस शोक पाश में बांध चली
औरों का अभिनन्दन तो तुम करती थी मञ्जुल भावों से
अपना अभिनन्दन इन आँसू की लड़ियों में क्यों गूथ चली?

वरदानी मुद्रा में मेरा सादर प्रणाम ले हस करके
मिलने का आश्वासन दे क्यों आज वचन वह भूल चली?

संस्कृत सञ्जीवन हेतु सुपथ दिखला कर बोधमयी हमको
सत्कर्म प्रेरणा देकर क्यों यों आज अकेला छोड़ चली?
नूतन कवित्व का मन्त्र फूंक सोयी कविता को जागृत कर
'सर्जना मञ्च' की शीशमुकुटा सब कुछ तुम किसको सौंप चली?
गंगा सी निर्मलता ले कर गंगा की पावन धारा में
तर कर तारक जपते-जपते अविमुक्तभूमि में मुक्त हुई।
हे अमर पन्थ को यात्री माँ!
शत-शत वन्दन स्वीकार करो
निज स्नेह भरे आशीषों से
दो अब तुम हमको अभयदान।।

❖❖❖

मन्नतें

हरियाली की चाह में
भीड़ के हरेक की तरह
सींचती रही मैं सिर्फ तुम्हारे
पल्लवों को बार - बार
सोचती रही
ऐसे ही पल्लवों को
सींच कर तुम्हारी छाया में
बैठूंगी जी भर
पूरूंगी मन्नतों की डोर
तुम्हारे वासन्ती पुष्पगुच्छों से
करूँगी नख-शिखश्रृंगार
चैत के महीने में
जब आयेंगे बौर
भर-भर आंचल चुनूगी
तुम्हारे टिकोरों को
मैं सोचती रही और
पानी ला-ला कर
करती रही सिर्फ तुम्हारे पत्तों को ही आद्र
मैं समझ न सकी कि
तुम क्यों सूखते रहे
सूखते ही गये

अपनी रुंधी शिकायतों के साथ
अपनी जड़ों की उपेक्षा पर
और तुम्हारी सूखी डालियों पर
लटकती रह गई मेरी मन्नतें
बेज़ान सूखी मन्नतें।

❖❖❖

हो गयी क्यों मौन?

बन्द पलकों में सिमटती
जागरण के गीत कहती
सर्जने। तुम हो गयी क्यों
यों अचानक मौन?
मौलश्री में खिलखिलाती
कुन्द में थी मुस्कुराती
गुलमोहर की लालिमा सी
कमल सी कोमल गुलाबी
ओ वसन्ती सर्जने!
तुम हो गयी क्यों यों अचानक मौन?
काव्य-अमृत धार सी मीठी रसीली
सप्त-स्वर के गान सी सुन्दर सुरीली
भाव-पुष्पों के सुवासों से सजीली
ओ लजीली सर्जने।
तुम हो गयी क्यों यों अचानक मौन?
सर्जना का चित्त में आलय बना कर
ताल-सुर-लय झनझना कर,
गीत मीठा गुनगुना कर
मृत्यु जीवन की चिरन्तन शृंखला को सच बता कर

कल्पना की पखिनी क्यों उड़ चली चुपचाप नभ में
नित नवेली सर्जने!
तुम हो गयी क्यों यों अचानक मौन?

❖❖❖

जाग जाओ माँ

जाग जाओ माँ
उठो अब जाग जाओ
तुम्हीं से उत्पन्न तेरा पुत्र होकर
परुष पौरुष भीति की तलवार ले कर
सामने तेरे खड़ा है-
स्वर्ण हीरे मोतियों की
रेशमों की झालरों से
कर रहा है चेतना को
मां तुम्हारी क्यों तिरस्कृत?
जाग जाओ माँ
हृदय के स्वर को सुनो माँ।
आत्मा के दर्द को पहचान लो तुम
मैत्रेयी की गिरा पर ध्यान देकर कह उठो यह
क्या करुँगी मैं तुम्हारा हार और उपहार लेकर
हो न पाऊंगी अमर जिससे उसे लूंगी न मैं अब
भीति के इस जाल को काटो अभय की धार से तुम
परुष पौरुष को मृदुलता से कड़ी फटकार दे दो
जाग जाओ माँ
नेह के सञ्चार से सुत में मनुज का भाव भर दो
अङ्क में भर कर उसे आलोक-किरणों से जगाओ
मिटा दो मन का अंधेरा

चेतना लोरी सुना कर
पुत्र को वात्सल्य से भर महामानव तुम बनाओ।
जाग जाओ माँ।

❖❖❖

प्यार की पिघलती बूंद के लिये

कामनाओं के जंजाल में जकड़े
लोभ की मदिरा डूबे
मोह की अफीम में बेहोश
मद के विषज्वाल में उफनते
मत्सर के पुटपाक में खदकते
कितने बेचैन हैं मेरे बच्चे।
तड़प रही है उनकी आत्मा
इतनी तपन है कि मेरी ममता के छींटे
उनमें पड़ते ही सूख जाते हैं
मेरे प्यार की तरलता
उनके पास पहुँचने के पहले ही
भाप बन कर उड़ जाती है।
बरबस देख रही हूँ उनकी आत्मा की तपन को
पर कर कुछ नहीं पाती,
क्योंकि वे हैं, मुझसे बहुत दूर
नहीं डूब सकते मेरी
सरस रस धारा में
छटपटा रहे हैं,
प्यार की एक-एक पिघलती बूँद के लिए

❖❖❖

धरा पर उतरो

उतरो धरा पर उतरो
दशहरे! वरदे!
घरा पर उतरो
पतित उद्धारिणि! गंगे!
घरा पर उतरो
दसमी तिथि के शुभ मुहूर्त में
तव अवतार भयो भूतल में,
भव भय भङ्ग करो
धरा पर उतरो
दस दीप, दस धूप
दस पत्र, दस पुष्प
दस गन्ध, नैवेद्य
से सर्वदा पूज्य
शारीरिक, वाणी और मन के दस मां।
मेरे दुरित दुरन्त हरो
धरा पर उतरो
सुन्दर भावों के उपहार मञ्जुल गीतों की झंकार
अतिहर्षित हो कर स्वीकार
माता! शीघ्र करो
उतरो, धरा पर उतरो
निर्मल लहरों से लहराओ

भारत भूमि को स्वर्ग बनाओ
दूर प्रदूषण हो अब सारा, अमृत धार बहाओ
धरा पर उतरो
उतरो, धरा पर उतरो

❖❖❖

कोमल हिरण

भाग रहा कोमल हिरन भर चौकसी अकास
पीछे पीछे आ रहे तीखे बाण विलास
तभी तपोवन को परिधि पाई उसने शांत
उठे अचानक हाथ दो रक्षक के उद्भ्रान्त
मत मारो मत मारो राजन्। ऐसे कोमल तन पर वाण
बज्र सरीखे ये तुरत इसके हरण करेंगे प्राण
यही चुनौती खड़ी आज भी
पर्यावरण बचाने की
सावधान करने सत्ता को मुखरित स्वर की

❖❖❖

कैसी संवेदना

कैसी संवेदना उठी हे मुनिवर! तेरे मन में
क्रौञ्चमिथुन को कामकेलिरत देख मनोहर वन में
हाय व्याध ने बाण मार
क्रूरता दिखाई क्षण में।
छटपट करते प्राण विहग के
उड़े पवन के संग में।
क्रौञ्ची ने क्रन्दन से कम्पन
भरा विपिन के कण में।
तभी तुम्हारा शोक फूट कर
मुखरित हुआ वदन में।
हे निषाद! तुम कभी प्रतिष्ठा
ना पाना जीवन में।
हुई प्रस्फुटित पहली कविता
तब मुनिवर! संस्कृत में।
भूमिसुता की तप गाथा
राघव की व्यथा भवन में।
वहीं वेदना तुमने मुनिवर
भेजी मेरे मन में।
अमृतधार पीयूष वाहिनी
गङ्गा के रक्षण में।
हम से नराधमों ने पाटा,

कूड़ा उसके तन में।
सिसक रही वन्दिनी
बांध के कारा बने सदन में।
इसी शोक में डूबा मन
श्लोकायित हो क्रन्दन में।

कहता फिर से बहे
उछलती बसुधा के आंगन में।

❖❖❖

शत शत प्रणाम

शत शत वन्दन हे महाप्राण! परितः गुंजित तव यशोगान!
निःशब्दभाव कर रहे तुम्हें शत शत प्रणाम, शत शत प्रणाम।।
हे सरस्वती के वरद पुत्र! हे पुरातत्त्ववेत्ता पवित्र।
हे संस्कृति संवाहक चरित्र! हे ज्ञान जलधि के शुचि अरित्र।
तेरा आकस्मिक तिरोधान, लेकर आया दारुण उफान
शत शत प्रणाम, शत शत प्रणाम, शत शत प्रणाम।।१।।

तुम कर्मयोग की ज्योति प्रखर, तुम ज्ञानयोग विग्रह उज्ज्वल।
तुम भक्तियोग से पिघल पिघल, ब्रह्मद्रव जैसे बन निर्मल।
शंकर ने कर तारक प्रदान, सायुज्य दिया तुमको महान्
शत शत प्रणाम, शत शत प्रणाम, शत शत प्रणाम।।२।।

थे सन्त शिरोमणि तुम गृहस्थ, दिखते थे सबको सदा स्वस्थ।
शोकाकुल कर सबको सहसा, क्यों हुए स्वयं तुम विगतशोक।
उपनिषदों का तत्त्वज्ञान, पाया तुमने सद्यः सुजान!
शत शत प्रणाम, शत शत प्रणाम, शत शत प्रणाम।।३।।

थे केन्द्र विन्दु अपनेपन के, थे पूजनीय तुम जन-जन के
सब देह गेह का छोड़ नेह, बन गये अहो! झटपट विदेह,
गीता से लेकर सरस तान, हरि से मिलने को सुख निधान
शत शत प्रणाम, शत शत प्रणाम, शत शत प्रणाम।।४।।

करते रहते थे अभिनन्दित, रखते थे हमें स्नेह सिंचित,
निश्छल कोमल उदार मन से करते थे सबको आनन्दित,
मुसकान भरे मुख से शोभित कुलदीप अतिथि सत्कारवान
शत शत प्रणाम, शत शत प्रणाम, शत शत प्रणाम।।५।।

थे दैवी सम्पद् के स्वामी, अभय के थे चिर अनुगामी,
सुन सुन कर ऊँचा सिंहनाद, थर थर काँपे तव प्रतिगामी,
निष्ठा को अपनी समझ शान, सच को माना निज आन बान
शत शत प्रणाम, शत शत प्रणाम, शत शत प्रणाम।।६।।

कोमलता के अनुपम श्रृंगार, लेकर मन में शुचिता संभार
स्वजनों के हृदयस्पन्दन बन, बन कर सबके प्रेरक प्रवाह।
संस्कारों को जीवन प्रदान, करने का तुमको सदा ध्यान।
शत शत प्रणाम, शत शत प्रणाम, शत शत प्रणाम।।७।।

तुमने सौंपा निज कार्यभार, किसके कन्धों पर विमल सार
ज्ञान-प्रवाह का शुचि वितान, फैलाया रचकर विधि-विधान,
जग भर में ख्यात हुआ सुनाम, तुमने अद्‌भुत कर दिया काम।
शत शत प्रणाम, शत शत प्रणाम, शत शत प्रणाम।।८।।

गंगा की अविरल धारा को, आनन्दित थे नित निरख निरख
उसकी ही पावन लहरों में, हो एकाकार अगाध अलख।
उसमें अपना आकार डार, क्यों त्वरित किया तुमने प्रयाण?
शत शत प्रणाम, शत शत प्रणाम, शत शत प्रणाम।।९।।

काशी को मान महाश्मशान, विश्वेश्वर को करके प्रणाम,
गंगा का करके अमृत पान, तुम छोड़ चले क्यों धरा धाम
मेरी वाणी वैभव बखान कर सके कहाँ गुणगण-निधान!
शत शत प्रणाम, शत शत प्रणाम, शत शत प्रणाम।।१०।।

हे अमर पंथ के यात्री मम शत शत वन्दन स्वीकार करो।
अपने स्नेहिल आशीषों से बरसाओ हर पल अमृतधार।
हे तपः पूत आचारवान! हे निराकार चैतन्य धाम!
शत शत प्रणाम, शत शत प्रणाम, शत शत प्रणाम।।११।।

❖❖❖

नहीं सहा जाता यह सन्त्रास

करती थी कभी अगवानी मेरी
वर्षा के विमल जल से जो
वही आज मल संवाहक नाला बन कर
मल समूह को लाती हुई आ रही है मेरे पास
अमृत जल की संवाहिनी मैं
हो रही हूँ प्रचुर दीनता को प्राप्त।
घुल रहे हैं असंख्य प्रदूषण मुझमें
बार-बार हे प्रिय शिवशङ्कर!
देवपूजित है तुम्हारी काशी पुरी
मै हूँ त्रिपथगा महानदी
पापों का नाश करने वाली
हम दोनों का ही किया है विनाश
मलिन मन मानव ने आज
वाराणसी और मुझे कहते हैं नित्य जो
असत्य हो गये हैं क्या वे शास्त्रवचन आज?
तुमने तो भेजा था कभी
पापों के नाश के लिए जटाजूट से अपने
नष्ट कर डाला है मानव ने
अपने ही पापों से मुझे आज
नहीं दिखता जगत् में कुछ भी सही
सब कुछ उल्टा ही हो रहा है सर्वत्र

उपकारी मारा जा रहा है
वञ्चना है चारों ओर
अहो! कैसी है ये उन्मादी भीड़
खाती विकृत अन्न
विषैला जल पीती
अमृत को विष बनाती
बुला रही है अपने ही सर्व नाश को
छोड़ दिया है हितकारी विचार
फैल रहा है सतही चिन्तन
बाहरी तड़क भड़क की धूम मची है
आन्तरिक सरसता हो रही लुप्त
निर्बलता, बुद्धिहीनता, वेदविरोधिता,
रूढ़िवादिता, हृदय भीरूता से
रूग्ण है सम्पूर्ण सभ्यता
विरसता ही विरसता है दिखती सर्वत्र
प्रखर ताप और व्याधि से पीड़ित है नर नारी आज
कामदेव ने बना दिया है सबको जर्जर
समय के पूर्व कालकवलित हो रहे हैं वे
नहीं सहा जाता नाथ यह सन्त्रास
लौटा लो लौटा लो फिर से जटाओं में शम्भो!
बचा लो मुझे प्रयत्नपूर्वक आज।

❖❖❖

www.ingramcontent.com/pod-product-compliance
Lightning Source LLC
LaVergne TN
LVHW040831051026
849519LV00007BB/2809
* 9 7 8 9 3 5 8 6 9 3 1 6 4 *